MISINGI YA

IMANI

MASOMO 13 YA KUKUA KATIKA NEEMA
NA MAARIFA YA YESU KRISTO

UTANGULIZI UMEFANYWA NA

JOHN MACARTHUR

THE MASTER'S ACADEMY INTERNATIONAL

ISBN: 979-8-9857166-1-0

Lengo letu ni kutoa vitabu na bidhaa za ubora wa juu, zinazochochea fikira na zinazounganisha ukweli kwa mahitaji yako halisi na changamoto. Kwa habari zaidi kuhusu vitabu na bidhaa zingine zilizoandikwa na kuzalishwa kutoka kwa mtazamo wa kibiblia, nenda kwa www.moodypublishers.com au andika kwa:

Published in Swahili by The Master's Academy International www.tmai.org

KUKARIBISHWA NA UTANGULIZI

Misingi ya Imani huenda ikawa siri iliyohifadhiwa vyema kuliko zote katika kanisa la Grace Community Church.

Ilizalishwa kutokana na hitaji la furaha miongo kadhaa iliyopita nilipokuwa mchungaji mchanga na kanisa la Grace lilikuwa dogo kiasi. Tulikuwa tunakua. Familia na watu binafsi — wengine wapya katika imani na wengine wapya tu katika eneo hilo — walikuwa wakija kanisani kwa makundi. Nyuso nyingi mpya. Suli nyingi za kipekee. Tulihitaji kuhakikisha kwamba kusanyiko hili linalokua lilikuwa limekita mizizi katika mafundisho ya kimsingi ya imani.

Misingi ya Imani kimekuwa na nafasi muhimu katika ukuaji wa kiroho wa kusanyiko letu tangu wakati huo. Huwapa waumini wapya msingi thabiti wa kitheolojia. Huwasaidia Wakristo waliokomaa zaidi kutia makali uelewa wao wa mafundisho muhimu na kuwatayarisha kwa ajili ya uinjilisti na uanafunzi. Hulea ile aina ya pekee ya umoja ambao kwa kweli una uzito katika kanisa — umoja uliojikita katika ufahamu wa pamoja wa ukweli wa Mungu.

Licha ya umuhimu wake kwa kanisa la Grace Community kwa miaka mingi, Misingi ya Imani kimesalia, kama nilivyosema, kuwa siri kwa kiasi fulani. Isipokuwa kwa makanisa machache, rasilimali zake hazijatumika kwa kiasi kikubwa.

Hiyo ni, kufikia sasa. Kwa neema ya Mungu, sasa tunalo jukwaa ambalo kutoka kwalo tunaweza kuiweka rasilimali hii yenye nguvu katika makanisa kote nchini. Unachokishika mikononi mwako kimepitia miongo kadhaa ya kuboreshwa. Ni tunda la miaka mingi ya maandalizi, mafundisho, na utekelezaji. Baada ya kufundishwa na kujaribiwa darasani, kimejidhihirisha kuwa cha kuleta matokeo kupitia kwa maisha kiliyoyashawishi.

Bila shaka, nguvu iliyo nyuma ya mtaala huu haipo katika muundo au mpangilio wake, bali katika Neno la Mungu ambalo ndilo msingi wake. Tunajua kwamba Roho Mtakatifu anapotumia Neno lake katika mioyo ya watu, maisha yao yanabadilishwa. Na ndiyo sababu ninafurahi sana kwamba nyenzo hizi zimepata njia kufikia kwako. Misingi Ya Imani kimekaribisha maelfu kwa maelfu ya watu katika kanisa na katika familia ya Kristo. Kimewasaidia waumini kujenga msingi wa kiroho wa mwamba imara.

Ninaamini kitakufaidi wewe na kanisa lako vivyo hivyo.

Mchungaji -Mwalimu

Kanisa la Grace Community

Sun Valley, California

YALIYOMO

UTANGULIZI

Funzo la Biblia la *Misingi ya Imani* limekuwa la kimsingi katika maisha ya kanisa la Grace Community. Hutumika katika darasa la waumini wapya, katika kazi ya uinjilisti, na kama utangulizi kwa yale ambayo kanisa letu linaamini. Darasa la kawaida huwa na wanafunzi kama kumi. Baadhi ni wasio Wakristo wanaojiunga na darasa kwa sababu rafiki aliwahimiza kufanya hivyo. Wengine ni watakatifu wazoefu wanaotaka kukumbushwa mafundisho ya kimsingi ya imani yetu. Mazingira haya yenye utofauti huchochea maingiliano kati ya mwalimu na mwanafunzi na mara nyingi maingiliano haya hujenga mahusiano yanayodumu maisha yao yote. Ukubwa wa madarasa huyaruhusu kufanya kazi vizuri kama makundi madogo na kupunguza mwelekeo wa mwalimu "kuhadhiri" au "kuhubiri" nyenzo. Washiriki wa darasa ambao hukamilisha masomo waliyopewa na kushiriki katika majadiliano huripoti faida kubwa kutokana na funzo hili.

Ushuhuda wa kawaida katika kanisa la Grace Community ni kutoka kwa watu waliofikiri kuwa wameokoka na kisha wakajiunga na darasa la *Misingi ya Imani*, na kisha kuona kwamba kweli hawakuielewa injili. Kupitia darasa hili hatimaye walijifunza ukweli kuhusu Ukristo na kisha kuona maisha yao yakibadilishwa na injili. Haiwezekani kueleza ni watu wangapi wamefika kwenye imani inayookoa kupitia madarasa haya, lakini kwa urahisi ndicho chombo chenye matokeo zaidi cha uinjilisti ambacho tumetumia.

Misingi Ya Imani ni chipukizi la imani kwamba kiini cha Ukristo ni ukweli—ukweli kumhusu Mungu Baba, Kristo, na Roho Mtakatifu; ukweli kuhusu dhambi ya mwanadamu na mpango wa Mungu wa wokovu; ukweli kuhusu mapenzi ya Mungu yaliyofunuliwa kwa ajili ya kanisa na maisha yetu binafsi. Unachoamini ni muhimu, na ni muhimu milele. Imani potofu kumhusu Mungu huwaongoza watu jehanamu (Mathayo 7:22-23). Ukristo ni imani iliyojikita katika kweli za Biblia, ambayo ndiyo ufunuo pekee uliovuviwa na ulioandikwa na Mungu.

Nyenzo hii hutumiwa vyema katika kikundi kidogo cha watu waliojitolea. Ukijitolea kuhudhuria madarasa haya, kufanya mazoezi awali, na kushiriki, utapata ufahamu ulioongezeka wa misingi ya imani ya Kikristo.

JINSI YA KUTUMIA MAZOEZI YA SOMO

Misingi ya Imani vya msingi darasani:

1. Jitayarishe kwa kila kipindi kwa kupakua ujumbe wa zoezi kutoka kwa www.gty.org/fof, kwa kuandika kumbukumbu, na kwa kutambua maswali unayoweza kuwa nayo, na kujaza majibu katika kitabu cha mazoezi. Utahitaji Biblia yako iwe karibu unapoyafanya mazoezi na unapokuwa kwenye vipindi vya darasani.

2. Vipindi vya darasani au vya makundi *havitahusisha* kujaza majibu kwenye kitabu cha mazoezi. Muda wa darasa utatumika kupanua na kujadili mada muhimu katika somo na kujibu maswali yoyote uliyo nayo kuhusiana na somo.

3. Kadiri unavyojitayarisha vyema ndivyo utakavyoweza kushiriki vizuri zaidi na ndivyo utakavyofaidika zaidi na mwingiliano wa darasa.

4. Njoo ukiwa tayari kuingiliana na kujifunza.

Jitayarishe kwa Zoezi Lako

1. Pamoja na kitabu hiki cha mazoezi, utahitaji Biblia na shajara au daftari kwa ajili ya kumbukumbu za kibinafsi kutoka kwa ujumbe utakaosikia.

2. Pakua ujumbe 1, "Biblia Yetu Iliyopumuliwa na Mungu." kutoka www.gty.org/fof.

3. Ukitumia Biblia yako, jaza majibu kwenye kurasa zifuatazo.

. . .

Hifadhi akilini 2 Timotheo 3:16

Kila Andiko limevuviwa na Mungu na lafaa kwa mafundisho, kwa kuwaonya watu makosa yao, kwa kuwaongoza na kwa kuwafundisha katika haki.

. . .

❖ Natumai kwamba unayathamini Maandiko. Sio kama kitu kinachopendwa au kuabudiwa mno bali kwa sababu ndiyo hazina kuu kuliko zote, mbali na Mungu Mwenyewe, tuliyo nayo. Ni Neno lake hasa, ufunuo Wake Mwenyewe. Wakati watu wanaponiuliza kwa nini ninafundisha kwa utaratibu kupitia kitabu baada ya kitabu, kwa nini ninazingatia sana kila jambo dogo na kwa kila mstari na kila kirai na kugusa maneno yote, nawaambia ni kwa sababu nayaelewa kuwa maneno ya Mungu yaliyofunuliwa kwetu kutoka kwake. Na wala singetilia shaka umuhimu wa maneno hayo kuwa sasa yanawasilishwa, kufundishwa na kueleweka na sisi sote.

- John MacArthur

Biblia ni Neno la Mungu. Inadai kuwa ukweli, ujumbe kutoka kwa Mungu hadi kwa mwanadamu. Petro wa Pili 1:21 husema kwamba "bali watu walinena yaliyotoka kwa Mungu wakiongozwa na Roho Mtakatifu."

- Maandiko yaliandikwa na takriban wanaume 40 tofauti.

- Wanaume hawa waliishi katika nchi na tamaduni mbalimbali.

- Waliishi katika enzi tofauti (1400 K.K. hadi B.K. 90).

- Waliandika katika lugha tatu: Kiebrania, Kiaramu, na Kiyunani.

Licha ya tofauti hizi, Mungu aliwaongoza waandishi kuzingatia utukufu wake katika ukombozi wa mwanadamu kupitia mhusika mmoja mkuu; Yesu Kristo, Mwana wa Mungu.

I. AGANO LA KALE (VITABU 39)

A. Pentateuki (Vitabu 5)

Vitabu vitano vya kwanza vya Agano la Kale viliandikwa na Musa karibu 1400 K.K. Mara nyingi hurejelewa kama "Vitabu Vitano vya Musa" au "Pentateuki." Viorodheshe vitabu vya Pentateuki kwa mpangilio unaoupata katika Biblia yako.

1. _____ Kitabu cha Mianzo: Uumbaji, mwanadamu, dhambi, ukombozi, taifa la Mungu

2. _____ Mungu anawakomboa watu wake kutoka Misri

3. _____ Upatanisho, utakatifu, na ibada kupitia dhabihu na utakaso

4. _____ Watu wa Mungu kuendelea kutotii na kutangatanga jangwani kwa miaka 40

5. _____ Hotuba kuu za Musa ili kuitayarisha Israeli kuingia Nchi ya Ahadi

B. Historia (vitabu 12)

Vitabu vya kihistoria viliandikwa kati ya 1400 na 450 K.K na hueleza shughuli za Mungu na watu wake wateule, Israeli, taifa la Kiebrania.

Viorodheshe vitabu hivi kwa mpangilio.

1. _____   5. _____   9. _____

2. _____   6. _____   10. _____

3. _____   7. _____   11. _____

4. _____   8. _____   12. _____

C. Ushairi (vitabu 5)

Vitabu vitano vifuatavyo ni vya kishairi, vinavyoeleza kwa ushairi na nyimbo ukubwa wa Mungu na shughuli zake na wanadamu.

Viorodheshe vitabu hivi kwa mpangilio.

1. _____ Mateso na uaminifu mshikamanifu wa mtu aliyempenda Mungu

2. _____ Nyimbo za sifa na maelekezo

3. _____ Hekima ya Mungu ya kiutendaji kwa ajili ya maisha ya kila siku

4. _____ Utupu wa maisha ya duniani bila Mungu

5. _____ Sherehe ya furaha ya ndoa

D. Manabii wakuu (vitabu 5)

Nabii alikuwa mtu aliyesimikwa na Mungu kuufikisha ujumbe wake kwa wanadamu. Vitabu hivi vinaitwa "Manabii Wakuu" kwa sababu kwa ujumla ni virefu kuliko maandishi ya "Manabii Wadogo." Manabii Wakuu viliandikwa takriban kati ya 750 na 550 K.K.

Viorodheshe vitabu hivi kwa mpangilio.

1. _____   3. _____   5. _____

2. _____   4. _____

E. Manabii Wadogo (Vitabu 12)

Vitabu 12 vya mwisho vya Agano la Kale viliandikwa kati ya mwaka wa 840 na 400 K.K.

Viorodheshe vitabu hivi kwa mpangilio.

1. _____   5. _____   9. _____

2. _____   6. _____   10. _____

3. _____   7. _____   11. _____

4. _____   8. _____   12. _____

Agano Jipya linamfunua Yesu Kristo, Mkombozi wa wanadamu. Ndani yake tunapata

1. Maisha ya Kristo

2. Njia ya wokovu

3. Mwanzo wa Ukristo

4. Maelekezo kwa ajili ya maisha ya Kikristo

5. Mpango wa Mungu kwa ajili ya siku zijazo

A. Historia (vitabu 5)
1. Injili (vitabu 4 vya kwanza)

a. _____ Maisha ya Kristo, yaliyoandikwa hasa kwa ajili ya Wayahudi, yakimfunua Yesu Kristo kama Masihi wao aliyekuwa akingojewa kwa muda mrefu

b. _____ Maisha ya Kristo, yakimfunua Yesu kama Mtumishi mtiifu wa Mungu; yaliyoandikwa hasa kwa ulimwengu wa Kirumi

c. _____ Maisha ya Kristo, yakimfunua Yesu kuwa yule mtu mkamilifu, yakisisitiza ubinadamu wake; yaliyoandikwa na Luka, Myunani, kwa ulimwengu wa Kiyunani

d. _____ Maisha ya Kristo, yakimfunua Yesu kama Mwana wa Mungu, yakisisitiza uungu wake; ya kiinjilisti sana

Ni sababu gani mbili zilizotolewa za kuandikwa kwa Injili ya Yohana (Yohana 20:31)?

1. _____

_____

2. _____

_____

_____

2. Historia ya Kanisa la Pale Mwanzo (kitabu 1)

_____ Mwanzo na kuenea kwa kanisa la Kikristo; kinaweza kuitwa "Matendo ya Roho Mtakatifu," na kiliandikwa kama chombo cha kiinjilisti

B. Barua au Nyaraka (vitabu 21)
Vitabu hivi viliandikwa kwa watu binafsi, kwa makanisa, au kwa waumini kwa ujumla. Barua hizo zinashughulikia kila kipengele cha imani na wajibu wa Kikristo.

Viorodheshe kwa mpangilio.

1. Barua za Paulo (vitabu 13)

a. _____   h. _____

b. _____   i. _____

c. _____   j. _____

d. _____   k. _____

e. _____   l. _____

f. _____   m. _____

g. _____

2. Barua za Jumla (vitabu 8)

a. _____   e. _____

b. _____   f. _____

c. _____   g. _____

d. _____   h. _____

C. Unabii (kitabu 1)
Kitabu cha mwisho cha Agano Jipya kinazungumzia matukio ya wakati ujao.

- Kurudi kwa Kristo

- Utawala wa Yesu Kristo

- Utukufu wa Yesu Kristo

- Hali ya wakati ujao ya waaminio na wasioamini

Kitabu hiki kinaitwa_____.

III. KRISTO KATIKA BIBLIA
A. Agano la Kale na Jipya yanapaswa kuonekana pamoja, kwani yote mawili yanamwonyesha Yesu Kristo kama mhusika mkuu.
Soma mistari ifuatayo na ujaze mapengo.

1. Luka 24:27 Kristo anaonekana katika _____.

2. Yohana 5:39. Yesu alisema Maandiko "hunishuhudia _____."

B. Ufunguo ni Yesu.

5 Sheria	12 Historia	5 Ushairi	17 Unabii	4 Injili	1 Historia	21 Nyaraka	1 Unabii
Ahadi za Kristo	*Kumtarajia Kristo: Mifano ya kutimizwa, Matukio, na Unabii*			*Dhihirisho la Kristo*	*Kanisa la Kristo*		*Kutawazwa kwa Kristo*

IV. KWA NINI BIBLIA NI MUHIMU?

Alipojaribiwa na Shetani, Yesu alirejelea Kumbukumbu la Torati 8:3: "Mtu haishi kwa mkate tu, ila kwa kila neno litokalo katika kinywa cha Mungu" (Mathayo 4:4).

A. 2 Timotheo 3:16 inasema nini kuhusu Biblia? (Chagua jibu sahihi.)

O Sehemu ya Biblia imevuviwa na Mungu.

O Zipo sehemu chache zisizovuviwa.

O Biblia nzima imevuviwa na Mungu.

O Ni zile sehemu tu zinazotuzungumzia kwa njia ya kibinafsi ndizo zilizovuviwa na Mungu.

❖ *Agano la Kale ni ufunuo wa Mungu kumwonyesha mwanadamu jinsi Mungu alivyo, Mungu ni nani, kile ambacho Mungu hustahimili na asichostahimili, na jinsi Mungu hutamani utakatifu na kuadhibu dhambi. Agano Jipya ni Mungu aliyefunuliwa na Mwanawe katika maisha ya Mwanawe, katika ujumbe wa Mwanawe, katika ufahamu wa kazi ya Mwanawe, na katika kilele na ujio wa Mwanawe kuanzisha ufalme wake wa milele. Lakini kwa vyovyote vile, liwe Agano la Kale, liwe Agano Jipya, Mungu alinena. Na tulicho nacho kwa hakika ni Neno la Mungu. Hili sio neno la mwanadamu.*

Kwa hiyo, wanadamu hawakuvuviwa, bali ni Maandiko. Mungu aliwapumulia nao wakaandika, neno kwa neno, kile ambacho Mungu aliwapumulia ndani yao. Ilikuwa zaidi ya kutoa imla. Hawakuwa tu wakisikiza sauti fulani na kuandika kama mashine kila neno; lilikuwa likitiririka katika mioyo yao na nafsi zao na akili zao na hisia zao na uzoefu wao. Lakini lilitoka kila neno likiwa Neno la Mungu. Mungu alipowapumulia ndani yao ujumbe nao wakaongozwa na Roho Mtakatifu, waliunena na baadhi yao wakauandika. Mchakato wa kimuujiza, usio wa kawaida, usioelezeka unaotuletea Neno la Mungu.

- John MacArthur

B. Je, mistari ifuatayo inaonyeshaje umuhimu wa Neno la Mungu?

1. 2 Timotheo 3:1_____

_____

_____

2. Waebrania 4:12_____

_____

_____

C. Neno la Mungu hufanya mambo gani manne?

1. Zaburi 19:7a _____

2. Zaburi 19:7b _____

3. Zaburi 19:8a _____

4. Zaburi 19:8b _____

V. UTEKELEZAJI

Kulingana na yale ambayo umejifunza kuhusu Biblia, itikio lako linapaswa kuwa nini?

_____

_____

_____

_____

❖ Inapofikia kuishi kitaua na utumishi wa kitaua, kukua "kwa nidhamu na mafundisho ya Bwana" (Efe. 6:4), Maandiko yaliyopumuliwa na Mungu hutoa mfumo mpana na kamili wa ukweli wa kiungu unaohitajika ili kuishi kama vile Baba yetu wa mbinguni anavyotamani tuishi. Hekima na mwongozo ili kuyatimiza yote anayotuamuru kuyaamini, kuyawaza, kuyasema, na kuyatenda hupatikana katika Neno Lake lisilo na makosa, lenye mamlaka, pana, na kamili.

Bila shaka haiwezekani kuamini, kuelewa, na kufuata, kile ambacho hata hukijui. Ni batili kabisa, na pia ni upumbavu kutarajia kuishi maisha ya kiroho bila kujua ukweli wa kiroho. Waumini ambao hawajafundishwa kibiblia, hasa wale walio katika makanisa ambayo hayajafundishwa kibiblia, ni mawindo rahisi kwa walimu wa uongo. Kiroho, wao ni watoto, "wanotupwatupwa huku na huku na kuchukuliwa na kila upepo wa mafundisho kwa hila za watu, kwa ujanja, kwa kufuata njia zao za udanganyifu" (Efe. 4:14). Kote katika sehemu kubwa ya historia ya ukombozi, Mungu angeweza kusema kile alichokisema katika siku za Hosea: "Watu wangu wanaangamizwa kwa kukosa maarifa" (Hos. 4:6). Ni kwa sababu hiyo, na vilevile kwa sababu kubwa zaidi ya kumheshimu Bwana, ndiyo uchambuzi wa kawaida, kitaratibu, na wa kina wa mafundisho yaliyo katika Neno la Mungu ni lazima kwa watu wa Mungu.

- John MacArthur   The MacArthur New Testament Commentary series, *2 Timothy* (Moody), © 1987 by John MacArthur. 154–55.

Tumia chati ifuatayo kuwazia uhusiano uliopo kati ya vitabu mbalimbali vya Biblia.

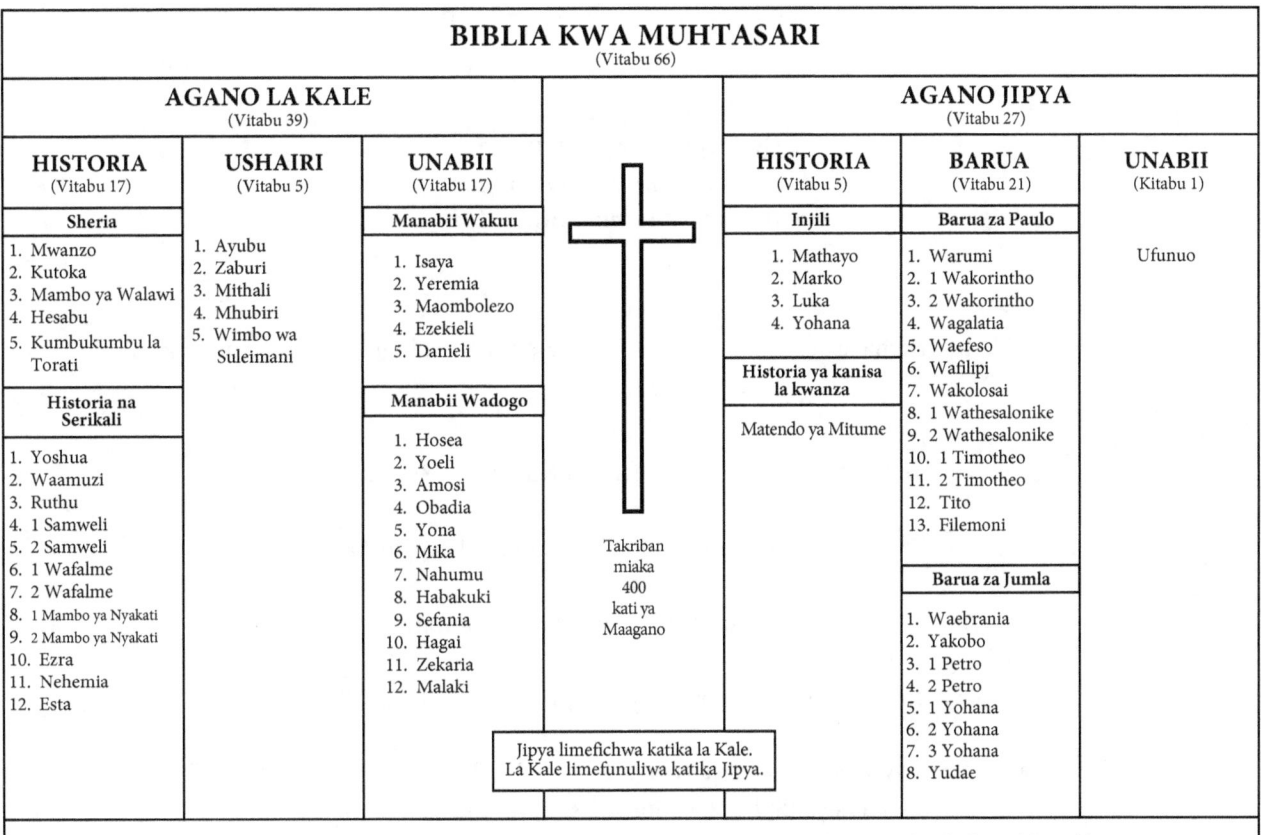

BIBLIA KWA MUHTASARI
(Vitabu 66)

AGANO LA KALE (Vitabu 39)				AGANO JIPYA (Vitabu 27)		
HISTORIA (Vitabu 17)	**USHAIRI** (Vitabu 5)	**UNABII** (Vitabu 17)		**HISTORIA** (Vitabu 5)	**BARUA** (Vitabu 21)	**UNABII** (Kitabu 1)
Sheria		**Manabii Wakuu**		**Injili**	**Barua za Paulo**	Ufunuo
1. Mwanzo 2. Kutoka 3. Mambo ya Walawi 4. Hesabu 5. Kumbukumbu la Torati	1. Ayubu 2. Zaburi 3. Mithali 4. Mhubiri 5. Wimbo wa Suleimani	1. Isaya 2. Yeremia 3. Maombolezo 4. Ezekieli 5. Danieli		1. Mathayo 2. Marko 3. Luka 4. Yohana	1. Warumi 2. 1 Wakorintho 3. 2 Wakorintho 4. Wagalatia 5. Waefeso 6. Wafilipi 7. Wakolosai 8. 1 Wathesalonike 9. 2 Wathesalonike 10. 1 Timotheo 11. 2 Timotheo 12. Tito 13. Filemoni	
Historia na Serikali		**Manabii Wadogo**		**Historia ya kanisa la kwanza**		
1. Yoshua 2. Waamuzi 3. Ruthu 4. 1 Samweli 5. 2 Samweli 6. 1 Wafalme 7. 2 Wafalme 8. 1 Mambo ya Nyakati 9. 2 Mambo ya Nyakati 10. Ezra 11. Nehemia 12. Esta		1. Hosea 2. Yoeli 3. Amosi 4. Obadia 5. Yona 6. Mika 7. Nahumu 8. Habakuki 9. Sefania 10. Hagai 11. Zekaria 12. Malaki	Takriban miaka 400 kati ya Maagano	Matendo ya Mitume	**Barua za Jumla** 1. Waebrania 2. Yakobo 3. 1 Petro 4. 2 Petro 5. 1 Yohana 6. 2 Yohana 7. 3 Yohana 8. Yudae	

Jipya limefichwa katika la Kale.
La Kale limefunuliwa katika Jipya.

Mungu aliwatumia wanaume 40 tofauti katika kipindi cha miaka 1,500 (karibu 1400 K.K. hadi 90 B.K.) katika kuandika Biblia - 2 Petro 1:20-21

JINSI BIBLIA ILIVYOFANYIKA KUWA YETU

Hati za Asili
takriban 1500 K.K. hadi B.K. 100
Maandishi sitini na sita tofauti.
Baadhi ya waandishi hawajulikani

↙   ↘

Hati katika lugha asili   Tafsiri katika lugha nyingine na nukuu

↙   ↘

B.K. 385 - 404: Valgeti, tafsiri ya Kilatini ya Yeroma
▼
B.K. 700 - 1000: Tafsiri mbalimbali za Kianglo Kianglo-Saksoni
▼
1382: Tafsiri kamili za John Wycliffe na wafuasi
▼
1525 - 1535: Tafsiri ya kwanza iliyochapishwa na William Tyndale
▼
1535: Tafsiri ya Coverdale; 1537: Tafsiri ya Mathayo; 1539: Taverner's and Great Bible;
1560: Geneva Bible; 1568: Bishop's; 1610: Rheim's - Doua
▼
1611: Tafsiri ya The King James Version

1885: Tafsiri ya English Revised Version
▼
1901: Tafsiri ya American Standard Version
▼
Uvumbuzi Zaidi → **1947: Hati - kunjo za Bahari ya Chumvi**
▼
1952: Revised Standard Version; 1960: New American Standard
Version
1973: New International Bible
1995: New American Standard Update; 2001: English Standard Version

Jitayarishe kwa Zoezi Lako

1. Pakua ujumbe #2, "Jinsi ya Kuyasoma Maandiko." kutoka www.gty.org/fof.

2. Tumia daftari lako kuandikia kumbukumbu za ujumbe.

3. Yafanyie kazi maswali na mazoezi kwenye kurasa zifuatazo.

- - · · ·

Hifadhi akilini 2 Timotheo 3:15

Jitahidi kujionyesha kwa Mungu kuwa umekubaliwa naye, mtendakazi asiye na sababu ya kuona aibu, ukilitumia kwa usahihi neno la kweli.

- - · · ·

❖ Ni dhahiri sana, nadhani, kwa kila Mkristo, kwamba Biblia ni ufunuo wa Mungu, kwamba Mungu ameandika Neno lake kwa ajili yetu. Ndiyo kanuni pekee tuliyo nayo kwa maisha. Ndicho kiwango pekee tulicho nacho cha tabia. Ndiyo mamlaka pekee. Inawezekana kukawa na mambo mengine utakayojifunza maishani ambayo yatakusaidia katika maisha, lakini hayana mamlaka yaliyo nayo Neno la Mungu. Biblia inaponena, hiyo ni sauti ya Mungu. Na inayo mamlaka na inafanyika, hivyo basi, kwetu sisi, kigezo cha maisha.

Wapo baadhi ya Wakristo wanaosoma kila aina ya vitabu badala ya Biblia. Na tunasema kwamba wanasoma kuhusu Biblia lakini hawaisomi Biblia. Jambo la msingi la kufanya ni kulisoma Neno la Mungu. Kupitia hilo Mungu hunena. Sasa vipo vitabu vingine vizuri ambavyo watu wengine huzungumza kwavyo wakiwa na mkazo kwa Maandiko na utekelezaji na ufasiri, lakini hakuna kibadala cha Biblia. Kwa hiyo katika maisha ya kila Mkristo lazima kuwe na lishe hilo la kila siku katika Neno la Mungu. Ni muhimu.

- John MacArthur

"Jinsi" ya kujifunza na kutumia Maandiko katika maisha ni jambo ambalo kila Mkristo anapaswa kujua. Somo hili linashughulikia njia tano za kuifanya Biblia kuwa yako: kusikia, kusoma, kujifunza, kuhifadhi akilini, na kutafakari. Linganisha njia hizo tano za kujifunza Maandiko na vidole kwenye mkono wako. Ikiwa unashikilia Biblia kwa vidole viwili tu, ni rahisi kupoteza mshiko wako. Lakini kadiri unavyotumia vidole vingi zaidi, ndivyo ufahamu wako wa Biblia unazidi kuwa na nguvu.

Ikiwa mtu anasikia, kusoma, kujifunza, kuhifadhi akilini, na kisha kutafakari juu ya Biblia, ufahamu wake wa kweli zake huwa thabiti; huwa ni sehemu ya maisha yake. Kama vile kidole gumba kinavyohitajika pamoja na kidole chochote ili kukamilisha mshiko, ndivyo kutafakari pamoja na kusikia, kusoma, kujifunza, na kuhifadhi akilini ni muhimu kwa ajili ya uelewa mtimilifu wa Neno la Mungu.

SIKIA BIBLIA
Basi, imani chanzo chake ni kusikia, na kusikia huja kwa neno la Kristo. — Warumi 10:17

SOMA BIBLIA
Amebarikiwa yeye asomaye maneno ya unabii huu, na wamebarikiwa wale wanaoyasikia na kuyatia moyoni yale yaliyoandikwa humo, kwa sababu wakati umekaribia. — Ufunuo 1:3

JIFUNZE BIBLIA
Hawa Waberoya walikuwa waungwana zaidi kuliko wale wa Thesalonike, kwa kuwa waliupokea ule ujumbe kwa shauku kubwa na kuyachunguza Maandiko kila siku ili kuona kama yale Paulo aliyosema yalikuwa kweli, kweli.— Matendo 17:11

IHIFADHI AKILINI BIBLIA
Jinsi gani kijana ataiweka njia yake kuwa safi? Kwa kuiweka kulingana na neno lako. Kwa moyo wangu wote nimekutafuta; usiniache nipotee mbali na amri zako. Nimeificha neno lako moyoni mwanguili nisikutende dhambi. — Zaburi 119:9 9-11

ITAFAKARI BIBLIA
Bali huifurahia sheria ya Bwana,naye huitafakari hiyo sheria usiku na mchana. Mtu huyo ni kama mti uliopandwakando ya vijito vya maji,ambao huzaa matunda kwa majira yakena majani yake hayanyauki. Lolote afanyalo hufanikiwa. — Zaburi 1:2

I. KWA NINI UIJUE BIBLIA

Orodhesha sababu tano za kujua Neno la Mungu.

1. 2 Timotheo 2:15 _____

2. 1 Petro 2:2 _____

3. Zaburi 119:11 _____

4. Zaburi 119:38 _____

5. Zaburi 119:105 _____

> Tunajifunza Maandiko kwa sababu yanatosha.
> Kila Andiko limevuviwa na Mungu na lafaa kwa mafundisho, kwa kuwaonya watu makosa yao, kwa kuwaongoza na kwa kuwafundisha katika haki — 2 Timotheo 3:16

II. JINSI YA KUIJUA BIBLIA

A. Isikie

"Basi imani, chanzo chake ni kusikia, na kusikia huja kwa neno la Kristo" (Warumi 10:17).

1. Yesu alisema nani angebarikiwa (Luka 11:28)?

_____

2. Katika kutangaza Neno, wachungaji na walimu wanapaswa kufanya nini (Nehemia 8:7–8)?

_____

B. Isome

"Amebarikiwa yeye asomaye maneno ya unabii huu, na wamebarikiwa wale wanaoyasikia na kuyatia moyoni yale yaliyoandikwa humo, kwa sababu wakati umekaribia." (Ufunuo 1:3)

1. Andika Ufunuo 1:3 kwa maneno yako mwenyewe.

_____

_____

2. Paulo alimwomba Timotheo kuzingatia nini (1 Timotheo 4:13)?

_____

Ikiwa huna mpango wa kusoma kila siku, anza na Injili ya Marko au Yohana. Kwa kiasi cha sura mbili kila siku, utamaliza Agano Jipya katika wiki 19!

C. Jifunze

Wakati mtume Paulo alipotoka Thesalonike, alifika Beroya na kushiriki injili na Wayahudi wasioamini. Alichogundua ni kwamba "Walikuwa waungwana zaidi kuliko wale wa Thesalonike, kwa kuwa waliupokea ule ujumbe kwa shauku kubwa na kuyachunguza Maandiko kila siku ili kuona kama yale Paulo aliyosema yalikuwa kweli" (Matendo 17:11)

Mitazamo kuhusu kujifunza Biblia:

1. Kulingana na Matendo 17:11, Waberoya walionyesha sifa gani mbili walipolipokea Neno la Mungu?

_____

2. Je, tunapaswa kutafutaje hekima au ufahamu (Mithali 2:4)?

_____

> Kujifunza Biblia ni zaidi ya kusoma Biblia tu; kunahusisha uchunguzi makini, ufasiri, na utekelezaji. Kusoma hukupa picha ya ujumla, lakini kujifunza hukusaidia kufikiri, kujifunza, na kutumia kile unachokisoma katika maisha yako.

D. Ihifadhi akilini

"Jinsi gani kijana aiweke njia yake kuwa safi? Kwa kuiweka kulingana na neno lako. Moyoni mwangu nimelienzi neno lako, nisije nikakutenda dhambi" (Zaburi 119:9, 11)

1. Je, Mungu aliwaamuruje Israeli kulikumbuka Neno lake?

   a. Kumbukumbu la Torati 11:18a_____

   b. Kumbukumbu la Torati 11:19_____

2. Soma Mathayo 4:4, 7, 10.

   a. Wakati wa makabiliano matatu na Shetani, Yesu alifanya nini ili kushinda majaribu yake?

   _____

   b. Je, unawezaje kutumia mfano huu katika maisha yako mwenyewe?

   _____

   _____

3. Andika Zaburi 40:8 kwa maneno yako mwenyewe.

_____

> Ni rahisi zaidi kuhifadhi akilini kwa kusudi fulani. Kuelewa maana au utekelezaji wa kifungu kutafanya kuhifadhi akilini kuwa rahisi.

E. Tafakari Juu Yake

"Heri mtu yule asiyeenenda katika shauri la waovu, wala kusimama katika njia ya wakosaji, wala kuketi barazani pa wenye mizaha! Bali huifurahia sheria ya Bwana,naye huitafakari hiyo sheria usiku na mchana. Atakuwa kama mti uliopandwa kando ya vijito vya maji, uzaao matunda yake kwa majira yake, wala jani lake halinyauki; na kila alitendalo hufanikiwa" (Zaburi 1:1-3)

Kutafakari ni kuwazia kwa kimaombi juu ya Maandiko kwa lengo la kuelewa na utekelezaji. Lifikirie Neno la Mungu kwa sala ukiwa na lengo la kupatanisha maisha yako na mapenzi yake.

1. Kutafakari Maandiko kunaweza kufanywa wakati:

    a. Unalisikia Neno likihubiriwa.

    b. Unaisoma Biblia.

    c. Unaomba juu ya kile unachojifunza.

    d. Unapotafakari juu ya mistari uliyoihifadhi akilini.

2. Je, kutafakari kunakusaidiaje (Yoshua 1:8)? _____

    _____

3. Je, unafikiri Neno la Mungu linaweza kuathiri usemi na matendo yako? Kwa jinsi gani? (Tazama Luka 6:45

    _____

4. Zaidi ya kuwa na bidii katika kujifunza Neno la Mungu, tunapaswa kufanya kipi kingine ili tulielewe (Zaburi 119:73, 125)?

    _____

III. MCHAKATO WA KUJIFUNZA BIBLIA

A. Hatua ya 1: Maandalizi

1. Tunapaswa kufanya nini kabla hatujayakaribia Maandiko (1 Petro 2:1–2)?

    _____

2. Nini kinapaswa kuwa maudhui ya maombi yetu tunapojitayarisha kujifunza Neno la Mungu (Wakolosai 1:

    _____

Tumia muda mfupi katika sala kabla ya kila somo. Ungama dhambi yoyote na umwombe Roho Mtakatifu, "Yafungue macho yangu nipate kuona mambo ya ajabu katika sheria yako." (Zaburi 119:18)

B. Hatua ya 2: Utazamaji

"Kipi kinachojiri katika kifungu? Ninaona nini?"

1. Uliza maswali unaposoma, na uyaandike. Nani? Nini? Wapi? Lini?

2. Unapokitazama kifungu, tafuta:

   a. Maneno muhimu

   b. Masuala muhimu (watu, mada)

   c. Amri (hasa vitenzi)

   d. Maonyo

   e. Maneno au virai vinavyorudiwarudiwa

   f. Ulinganishi (vitu vinavyofanana; vitu ambavyo ni tofauti)

   g. Maswali, majibu yaliyotolewa

   h. Chochote kisicho cha kawaida au kisichotarajiwa

Zingatia: Hii ni mifano michache tu ya mambo ya kuangalia unapotazama kifungu.

Onyo: Usiwe na haraka! Usikate tamaa mapema sana!

C. Hatua ya 3: Ufasiri

"Inamaanisha nini?"

1. Maandiko yanaweza kuwa wazi. Mungu amemtoa nani ili atufundishe (1 Yohana 2:27)?

   _____

2. Anza kwa kuuliza maswali ya kifasiri.

   a. Kuna umuhimu gani wa:

      (1) Neno fulani (hasa vitenzi)?

      (2) Kirai fulani?

      (3) Majina na vyeo?

      (4) Tarehe?

      (5) Vingine?

   b. Nini maana ya neno fulani?

   c. Kwa nini mwandishi alisema hivi?

   d. Nini maana ya neno hili, kirai, au jina?

3. Kupata majibu ya maswali yako ya kifasiri, tumia:

   a. Muktadha — mistari kabla na baada ya kifungu unachojifunza

   b. Ufafanuzi wa maneno

   c. Sarufi na muundo wa sentensi

   d. Vifungu vingine vya Maandiko

   e. Zana za kujifunzia Biblia, kama vile:

      (1) Kamusi za Biblia

      (2) Fahirisi za Biblia

      (3) Miongozo ya Biblia

      (4) Ensaiklopidia za Biblia

      (5) Vitabu vya ufafanuzi wa Biblia

4. Unapofasiri, kumbuka:

   a. Kwamba Maandiko yote yatakubaliana. Hayatakinzana yenyewe.

   b. Kukiacha kifungu kijizungumzie chenyewe katika muktadha wake. Kuwa mwangalifu usifikie hitimisho ambalo mwandishi hakunuia hakunuia.

Kuna ufasiri mmoja pekee sahihi wa kifungu chochote cha Maandiko Maandiko — maana iliyokusudiwa kiasili ya mwandishi.

D. Hatua ya 4: Utekelezaji
"Hili litakuwa na athari gani maishani mwangu?"

Sehemu hii ya mchakato wa kujifunza Biblia huchukua kweli ambazo zimeonekana na kujitahidi kuziingiza katika maisha ya kila siku na matendo.

1. Mara tukishalisikia Neno la Mungu, itikio letu linapaswa kuwa lipi (Yakobo 1:22)?_____

_____

2. Chombo sahili cha kukusaidia kutumia yale uliyojifunza ni "DAMAK." Je, kuna:

Dhambi ya kuacha?

Ahadi ya kudai?

Mfano wa kufuata?

Amri ya kutii?

Kikwazo cha kuepuka?

Ingawa kuna *ufasiri* mmoja tu sahihi wa kifungu fulani cha Maandiko, yapo *matumizi* mengi.

E. Hatua ya 5: Kurudia

Kujifunza Biblia ni mchakato unaorudiwa. Wakati wa kujifunza mstari, hatua ya 2, 3, na 4 hutumiwa tena na tena. *Tazama*, kisha *fasiri*, kisha *utekeleze*. Unaweza kuchagua kufanya hivi kwa kila neno, kirai, au wazo.

Kadiri unavyoupitia mstari, ndivyo maana yake inavyofunguliwa kwako kwa kina zaidi.

❖ *Ni muhimu kujifunza Maandiko ili kubarikiwa. Sijui kukuhusu, lakini napenda kuwa na furaha badala ya huzuni. Ningependa zaidi kuwa na furaha kuliko huzuni. Na najua kwamba maisha yanajumuisha nyakati za huzuni na nyakati za furaha. Najua pia jambo hili: Kadiri ninavyojifunza Neno la Mungu zaidi, ndivyo ninavyokuwa na furaha zaidi hata hali iwe ni gani. Neno la Mungu hunifurahisha.*

  Ni jambo la kiutendaji sana. Unapomwona mtu mwenye huzuni, swali la kwanza la kumuuliza ni: Je, umejifunza Biblia leo? Swali hili rahisi ndilo jibu la shida yao. Zaburi 1:1 1-2 inatuambia, Heri mtu yule asiyeenenda Katika shauri la waovu, wala kusimama katika njia ya wakosaji, wala kuketi barazani pa wenye mizaha! Bali furaha yake ipo katika sheria ya Bwana, na juu ya sheria yake anatafakari mchana na usiku." Huyo ni mtu mwenye furaha. Mtu mwenye furaha ni mtu anayejifunza Biblia.

- John MacArthur

"Lakini utafuteni kwanza Ufalme wa Mungu na haki yake, na haya yote atawapa pia." (Mathayo 6:33).

Kwa kutumia Mathayo 6:33 na karatasi ya mazoezi:

1. Tazama mambo mengi kadiri uwezavyo, ukiyaorodhesha katika safu ya "Utazamaji" hapa chini.

2. Andika "Maswali ya Kifasiri" kuhusu ulioyatazama.

3. Andika maana ya uliyoyatazama katika safu ya "Ufasiri."

4. Mara baada ya kukamilisha utazamaji wako na fasiri, jaza sehemu ya "Utekelezaji."

Zingatia: Sita za kwanza zimetolewa kama mifano.

Lakini utafuteni kwanza Ufalme wa Mungu na haki yake,
na haya yote atawapa pia" (Mathayo 6:33).

Utazamaji	Maswali ya Kifasiri	Fasiri
1. Mstari huo unaanza kwa kiunganishi *lakini.*	1. Kwa nini sentensi inaanza na lakini?	1. Mstari huu umeunganishwa na mistari iliyotangulia. Lazima kusoma Mathayo 6:31–32 kwa ajili ya muktadha.
2. Neno muhimu: *Utafuteni.*	2. Lina maana gani? Je, *kutafuta* kunahitaji tendo gani?	2. Lina maana ya kufuatilia au kutafuta. Ni amri.
3. Kitenzi *utafuteni* kipo katika wakati uliopo	3. Wakati uliopo unaonyesha nini?	3. Lazima nitafute *sasa.*
4. Zingatia matumizi ya neno *kwanza* likifuata *utafuteni.*	4. Ni nini umuhimu wa *kwanza*?	4. Inamaanisha kipaumbele. Lazima nitafute kama kipaumbele kikuu.
5. Neno muhimu linalofuata ni *ufalme.*	5. Neno *ufalme* linamaanisha nini?	5. Ni utawala mkuu au utawala juu ya himaya maalum au eneo.
6. Neno *ufalme* limefuatwa na kiwakilishinafsi *wa (wake).*	6. Ni ufalme wa nani unaotambuliwa? Je, *wa (wake)* linamrejelea nani?	6. Tukitazama nyuma kwenye mstari 32, *wake* linamrejelea "Baba." Ni ufalme wa Mungu.
7.	7.	7.
8.	8.	8.
9.	9.	9.

Utazamaji	Maswali ya Kifasiri	Fasiri
10.	10.	10.
11.	11.	11.
12.	12.	12.

Utekelezaji

Andika utekelezaji mmoja kulingana na utazamaji wako na ufasiri.
(Rejelea DAMAK katika sehemu ya "Hatua ya 4: sehemu ya Utekelezaji".)

_____

_____

_____

_____

_____

V. UTEKELEZAJI

Je, masaa 168 ya wiki yako yanawekezwa vizuri? Je, unapaswa kufanya mabadiliko yoyote?

Jedwali lifuatalo litakusaidia kuchanganua mazoea yako ya kuifanya Biblia kuwa yako. Unapojaza idadi ya masaa unayotumia kila juma, omba kuhusu kuweka malengo mapya.

Muda katika Neno	Programu Yangu ya Sasa Malengo na	Programu Yangu ya Sasa Malengo na Mipango Mipya
Kulisikia Neno		
Kulisoma Neno		
Kujifunza Neno		
Kulihifadhi Neno akilini		

❖ Ni muhimu pia kujifunza Maandiko ili kuwasaidia wengine. Kwa kweli huwezi kumsaidia mtu mwingine yeyote isipokuwa uwe unajua kitu wanachohitaji kukijua. Mungu kamwe hakuuthamini ujinga. Kutofahamu kwako hakukufanyi tu ushindwe kujisaidia, lakini hukufanya ushindwe kumsaidia mtu yeyote mwingine. Na Ukristo unahusika kabisa na kuwasaidia watu wengine, sivyo? Je, unaweza kumsaidia vipi mtu aliye katika shida?

Kwa kumwonyesha suluhisho la Mungu kwa matatizo yake. Je, ni kwa njia gani utaweza vyema kabisa kulitatua tatizo la mtu? Kwa kujua Biblia inasema nini kuhusu tatizo lake, na jinsi ya kulishughulikia. Kwa hiyo una uwezo wa kuwasaidia wengine unapolijua Neno la Mungu. Kwa mfano, 2 Timotheo 2:2 inatwambia tunapaswa kuwafundisha watu waaminifu ili wapate kuwafundisha wengine pia.

- John MacArthur

Jitayarishe kwa Zoezi Lako

1. Pakua ujumbe #3, "Mungu: Yeye ni wa Namna Gani?" kutoka www.gty.org/fof.

2. Tumia daftari lako kuandikia kumbukumbu za ujumbe.

3. Yafanyie kazi maswali na mazoezi kwenye kurasa zifuatazo.

· · ·

Hifadhi akilini 1 Mambo ya Nyakati 29:11

Ukuu na uweza, ni vyako, Ee Bwana, na utukufu na enzi na uzuri, kwa kuwa kila kilichoko mbinguni na dunianini chako wewe. Ee Bwana, ufalme ni wako; umetukuzwa kuwa mkuu juu ya yote.

· · ·

❖ Jitumbukize katika kina kirefu cha bahari ya Uungu; potelea katika ukuu wake; nawe utatoka kana kwam-ba unatoka katika kochi la mapumziko, umeburudika na kutiwa nguvu. Sijui chochote kinachoweza kuifariji roho kwa namna hii, kutuliza mawimbi makuu ya huzuni na masononeko kwa namna hii; na kunena amani kwa upepo wa majaribu, kama tafakari ya uchaji juu ya mada ya Uungu.

- C. H. Spurgeon mnamo Januari 7, 1855

I. UTANGULIZI

Katika dini za ulimwengu wa leo, kuna wengi wanaoitwa miungu na maoni mengi vile vile kuhusu jinsi Mungu (au mungu) alivyo. Biblia, kwa upande mwingine, inadai kwamba ndiyo ufunuo wa Mungu mmoja wa kweli. Biblia haijaribu kamwe kuthibitisha kwamba Mungu yupo hutangaza tu, "Hapo mwanzo Mungu . . ." (Mwanzo 1:1).

A. Zaburi 89:7–8 inamwelezaje Mungu?

_____

_____

B. Ni kauli gani inatolewa kuashiria ukweli kwamba kuna Mungu mmoja tu (Isaya 43:10)?

_____

_____

_____

C. Je, ni kitu gani ambacho Mungu hatampa mwingine (Isaya 42:8)?

_____

II. UMUHIMU WA KUMJUA MUNGU

A. Yesu alilinganisha kumjua Mungu na nini (Yohana 17:3)? _____

B. Badala ya kujisifia hekima, uweza, au utajiri, ni jambo gani moja ambalo Mungu anasema mwanadamu ajisifu nalo (Yeremia 9:24)?

_____

_____

> Mawazo sahihi ya Mungu ni ya msingi sio tu kwa theolojia ya utaratibu bali kwa maisha ya Kikristo ya kiutendaji pia... Naamini kwamba hakuna makosa katika mafundisho au kushindwa kutumia maadili ya Kikristo ambayo hayawezi kufuatiliwa hatimaye hadi kwenye mawazo yasiyokamilika na heshima kumhusu Mungu.[1] — A. W. Tozer

III. MTU ANAWEZAJE KUMJUA MUNGU?

A. Yesu anasema nini kuhusu njia za kumjua Mungu (Yohana 14:9–10)?

_____

_____

_____

B. Paulo anasema nini kumhusu Kristo katika Wakolosai 2:9?

_____

C. Mwandishi wa Waebrania anasema kwamba Mungu amesema nasi katika Mwanawe. Kristo anaelezewaje (Waebrania 1:3)?

_____

_____

IV. SIFA ZA MUNGU

A. Sifa ni nini?

Sifa ni ubora ama kawaida ambayo ni kweli kumhusu mtu fulani. Kujifunza sifa za Mungu huturuhusu kuwa na ufahamu uliobanwa wa Nafsi yake. Ingawa baadhi ya dhana zinavuka mipaka ya ufahamu wetu, mawazo yetu kumhusu Mungu yanahitaji kuwa ya kweli iwezekanavyo.

Baba, Mwana, na Roho Mtakatifu
Utakatifu
Uadilifu na Haki
Ukuu
Umilele
Kutobadilika
Kuyajua Yote
Kuwepo Kila Mahali
Uweza Yote Upendo
Ukweli
Rehema
Zingatia: Hizi ni baadhi tu ya sifa za Mungu.

---

[1] Nukuu kutoka kwa *The Knowledge of the Holy* na A. W. Tozer, © 1961 ya Aidan Wilson Tozer. Imetumiwa kwa idhini ya HarperCollins Publishers Inc.

B. Sifa za Mungu Kufafanuliwa

Kwanza itazame mistari ifuatayo ya Maandiko, kisha andika sehemu ya mstari inayofafanua vyema sifa iliyotolewa.

Pili, katika sehemu ya Utekelezaji wa Kibinafsi, andika jinsi sifa hiyo inavyotekelezwa kwako binafsi kulingana na uelewa wako wa sifa hio.

C. Utakatifu

Sifa ya Mungu ya utakatifu ina maana kwamba yeye hajaguswa wala kuchafuliwa na maovu yaliyomo duniani. Yeye ni safi na mkamilifu kabisa.

a. Kutoka 15:11 _____

_____

b. Zaburi 99:9_____

_____

Kwa sababu Mungu ni mtakatifu, tunahimizwa kuwa watakatifu (1 Petro 1:16). Tunapaswa kutengwa mbali na dhambi kwa Mungu. Maisha yetu yanapaswa kung'aa kumwakisi Mungu katika ulimwengu usio na haki.

Utekelezaji wa Kibinafsi:_____

_____

_____

_____

2. Uadilifu na Haki

Uadilifu na *haki* yanachimbuka kutoka neno lile lile la mzizi katika lugha asili ya Agano Jipya. Maana yake ni kuwa sawa au haki.

Uadilifu huonyesha mapatano kamili kati ya asili ya Mungu na matendo yake. Haki ni njia ambayo Mungu huufanya uadilifu wake kuwa sheria. Hakuna hatua ambayo Mungu huchukua kuhusiana na mwanadamu ambayo inakiuka kanuni yoyote ya maadili au haki.

Hakuna sheria iliyo **juu** ya Mungu, lakini kuna sheria **ndani** ya Mungu. [2]

a. Kulingana na Zaburi 119:137, uadilifu wa Mungu unaonyeshwa katika_____
zake

---

[2] Nukuu kutoka kwa *The Zondervan Pictorial Encyclopedia of the Bible*, Volume 5, ed. Merrill C. Tenney, © 1975, 1976 na The ZonderZonder-van Corporation. Inatumika kwa ruhusa.

b. Katika Zaburi 89:14, uadilifu na haki vinarejelewa kama _____

_____

Je, kiwango chako cha kile kilicho sawa na cha haki kinalinganaje na kiwango cha Mungu?

Utekelezaji wa Kibinafsi: _____

_____

_____

_____

_____

_____

_____

_____

3. Ukuu

Neno ukuu lina maana ya aliye kiongozi au aliye juu zaidi, mkubwa kabisa katika uweza, au bora katika nafasi kuliko wengine wote.

a. Isaya 46:9–10 _____

_____

b. Isaya 45:23 _____

Wazo la ukuu ni la kutia moyo, kwa kuwa linamhakikishia Mkristo kwamba hakuna chochote kilicho nje ya udhibiti wa Mungu na kwamba mipango yake haiwezi kuzuiwa (Warumi 8:28).

Utekelezaji wa Kibinafsi: _____

_____

_____

_____

_____

_____

_____

_____

4. Umilele

Kwa kuwa Mungu ni wa milele, hapajawahi kuwa na wakati ambapo Yeye hakuwepo. Hakuwa na mwanzo na hatakuwa na mwisho.

a. Isaya 44:6 _____

_____

b. Isaya 43:13 _____

Akiwa wa milele, Mungu hafungwi na wakati. Akiwa amekuwepo siku zote, anayaona yaliyopita na yajayo kwa uwazi jinsi anavyoyaona yaliyopo sasa. Kwa mtazamo huo, ana ufahamu mkamilifu wa kilicho bora kwa maisha yetu. Kwa hiyo, tunapaswa kumwamini Yeye katika maeneo yote ya maisha yetu.

Utekelezaji wa Kibinafsi:_____

_____

_____

_____

5. Kutobadilika

Mungu kamwe habadiliki katika asili au kusudi lake.

a. Malaki 3:6 _____

b. Waebrania 6:17–18 _____

_____

Biblia ina ahadi nyingi kwa wale walio wake. Anaweza kuaminiwa kuitimiza ahadi yake.

Utekelezaji wa Kibinafsi:_____

_____

_____

_____

_____

_____

6. Kuyajua yote

Mungu anayajua mambo yote yaliyopo na yajayo. Hakuna kinachomshangaza.

a. Ayubu 34:21 _____

_____

b. Zaburi 139:1–6_____

_____

_____

Kwa kuwa Mungu ni mjuzi wa yote, alijua dhambi zetu zote (zilizopita, zilizopo, na zijazo) wakati wa wokovu wetu. Hata hivyo bado alitusamehe na kutupokea katika familia yake milele. Je, hilo linasema nini kuhusu usalama wa wokovu wetu?

Utekelezaji wa Kibinafsi: _____

_____

_____

_____

❖ *Wakati fulani maishani mwangu nilifikiria kuhusu fundisho la Mungu kujua yote kwa uoga. Nilipokuwa mtoto mdogo, wazazi wangu walikuwa wakisema, "Huenda hatujui unachofanya, lakini Mungu anajua. Mungu anaona kila kitu." Unaukumbuka uzuri huo? Nilikuwa nikilifahamu hilo. Anajua.*

Kwa sababu hiyo, nilikuwa nikifikiri fundisho la Mungu kujua yote lilikuwa la kutoridhisha kabisa. Ina maana gani? Mungu alinijua kwa njia ambazo sikuwa na uhakika nilitaka kujulikana kwazo.

Kisha nilijifunza Yohana 21 na nikakua kidogo. Na nikakumbuka mazungumzo ya Petro na Yesu kando ya ziwa siku kadhaa baada ya Petro kukana kwa nguvu kwamba alimjua. Petro aliendelea kujaribu kumshawishi Bwana kuwa anampenda. Unalikumbuka hilo? "Bwana, nakwambia, nakupenda." Naye Bwana akazidi kumuuliza na kuuliza. … Hatimaye, Petro alisema, "Bwana, tazama, wewe wajua yote, wewe wajua kuwa nakupenda."

Alikata rufaa kwa nini? Ni kwa fundisho gani kumhusu Mungu? Sifa gani? Kuyajua yote - kuyajua yote ni jambo kubwa. Sio kana kwamba Mungu anaangalia chini na kukupeleleza wewe; hiyo ni nusu tu ya ukweli. Je, unafahamu kwamba kama sio kujua yote zipo siku ambazo Mungu hata asingejua kuwa unampenda kwa sababu haingekuwa dhahiri? Na kama asingejua kila kitu, hata asingejua unajali. Nadhani katika maisha yangu zipo siku nyingi ambapo siwezi kutofautishwa na mmoja wa watu wa ulimwengu. Je, unakubali kwamba hiyo ni kweli kwa maisha yako? Anajuaje kuwa ninajali? Lazima awe anayajua mengi. Ni sharti ayajue yote. Ni sharti aujue moyo wangu. Hilo linanipa ujasiri hata ninapokosea. Upendo wangu bado uko salama kwa sababu anaujua moyo wangu.

- John MacArthur

7. Kuwepo Kila Mahali

Mungu yupo kila mahali katika ulimwengu.

a. Mithali 15:3 _____

b. Zaburi 139:7–12_____

_____

Kwa kuwa Mungu yupo kila mahali, ni upumbavu kufikiria tunaweza kujificha kutoka kwake. Hii ina maana pia kwamba muumini anaweza kuwa na uzoefu wa uwepo wa Mungu wakati wote na kujua baraka za kutembea pamoja naye.

Utekelezaji wa Kibinafsi: _____

_____

_____

_____

8. Uweza Yote

Mungu ni muweza wa yote, ana nguvu zaidi ya kutosha kufanya lolote.

a. Yeremiah 32:17_____

_____

b. Ufunuo 19:6 _____

Uweza wa Mungu unaonekana katika:

- Nguvu zake za kuumba (Mwanzo 1:1)

- Uhifadhi wake wa vitu vyote (Waebrania 1:3)

- Utunzaji wake wa majaliwa kwetu (Zaburi 37:23 23–24)

"Hivyo usiogope, kwa maana niko pamoja nawe;usifadhaike, kwa maana mimi ni Mungu wako. Nitakutia nguvu na kukusaidia;nitakutegemeza kwa mkono wa kuume wa haki yangu." (Isaya 41:10). Unaweza kujifunza nini kutokana na Isaya 41:10 kuhusu uweza yote wa Mungu?

Utekelezaji wa Kibinafsi:_____

_____

_____

9. Upendo

Mungu ni upendo. Upendo wake hauna masharti; haujajikita katika uzuri au kustahili kwa mlengwa.

a. Yohana 3:16 _____

_____

b. Warumi 5:8 _____

_____

Upendo hujidhihirisha kwa vitendo. Mungu ni mfano kwetu. Aliudhihirisha upendo wake kwetu kwa kumtuma Yesu afe badala yetu (2 Wakorintho 5:21).

Utekelezaji wa Kibinafsi: _____

_____

_____

_____

10. Ukweli

Mungu ndiye Mungu wa pekee wa kweli.

a. Zaburi 31:5 _____

_____

b. Zaburi 117:2 _____

_____

Ukweli wa Mungu u juu ya vyote. Yeye ni mkweli hata kama watu wote watapatikana kuwa waongo. Kwa hiyo, maneno yake na hukumu zake daima hushinda (Warumi 3:4). Kwa kuzingatia hilo, unapaswa kulionaje Neno la Mungu na kweli zilizomo?

Utekelezaji wa Kibinafsi: _____

_____

_____

_____

11. Rehema

Rehema kuu ya Mungu ni dhihirisho la kiutendaji la huruma yake kwa wale ambao wameyapinga mapenzi yake.

a. Zaburi 145:8–9_____

_____

b. Zaburi 130:3–4_____

_____

Rehema kuu ya Mungu inatofautishwa na dhambi ya mwanadamu. Rehema yake inaonyeshwa katika wokovu wetu (Waefeso 2:4 4–5).

Utekelezaji wa Kibinafsi: _____

_____

_____

_____

_____

V. UTEKELEZAJI

Kwa kuzingatia sifa za Mungu zilizojadiliwa katika somo hili, jibu maswali yafuatayo.

A. Je, maombi yako yataathiriwa vipi?_____

_____

_____

B. Je, ungeitikiaje jaribu kuu maishani mwako, kama vile:

1. Kifo cha jamaa wa karibu (mume/mke, mtoto)?

_____

_____

_____

2. Ajali inayokuacha mlemavu wa mwili?

_____

_____

_____

NAFSI YA YESU KRISTO

Jitayarishe kwa Zoezi Lako

1. Pakua ujumbe #4, "Kristo Juu ya Yote." Kutoka www.gty.org/fof.

2. Tumia daftari lako kuandikia kumbukumbu za ujumbe.

3. Yafanyie kazi maswali na mazoezi kwenye kurasa zifuatazo.

— • • • —

Hifadhi akilini Yohana 1:1, 14

Hapo mwanzo alikuwako Neno, huyo Neno alikuwa pamoja na Mungu, naye Neno alikuwa Mungu... Neno alifanyika mwili, akakaa miongoni mwetu, nasi tukauona utukufu wake, utukufu kama wa Mwana pekee atokaye kwa Baba, amejaa neema na kweli.

— • • • —

Yesu Kristo ndiye mhusika mkuu wa historia yote ya wanadamu. Hakujawahi kuwa na yeyote kama Yeye. Alionekana kuwa mwalimu mkuu, kiongozi wa kidini, nabii, Mwana wa Mungu, hata Mungu Mwenyewe. Madai aliyotoa, pamoja na yale ambayo wengine wameyatoa juu Yake, yamemsukuma yeye kuingia katikati ya mabishano yasiyoisha katika historia yote.

Pontio Pilato alitoa swali kikamilifu alipouliza, "Basi nifanye nini na huyu Yesu aitwaye Kristo?"(Mathayo 27:22). Kabla ya kulijibu swali hilo, ni lazima kwanza uelewe Yesu ni nani. Somo hili litamtambulisha kwako.

I. MUNGU ALIYEFANYIKA MWANADAMU

Yesu Kristo alikuja ulimwenguni katika mwili wa mwanadamu. Kwa hiari yake aliweka kando matumizi huru ya sifa zake takatifu na kuchukua umbo la mwanadamu. Alikuwa mwanadamu kamili, mwanadamu kwa kila njia, isipokuwa kwamba hakuwa na dhambi. Hii hurejelewa kama "kufanyika mwili".

    A. Je, Wafilipi 2:6 inasema nini kumhusu Yesu kabla hajafanyika mwanadamu?

    _____

    _____

    B. Kulingana na Wafilipi 2:7, Yesu alifanya nini?

    _____

    _____

    _____

    _____

    C. Yesu alikuwa mwanadamu kamili

        1. Eleza ukuaji na maendeleo ya kibinadamu ya Yesu alipokuwa kijana (Luka 2:40, 52).

        _____

        _____

2. Jibu la Yesu lilikuwa nini alipokuwa amechoka (Marko 4:38)? _____

3. Je, jibu la Yesu lilikuwa lipi kwa ukosefu wa chakula (Luka 4:2)? _____

4. Yesu alijisikiaje baada ya safari (Yohana 4:6)? _____

5. Yesu alitendaje alipohuzunishwa (Yohana 11:35)? _____

6. Yesu alisema nini kumhusu yeye mwenyewe (Luka 24:39)? _____

II. MTU AMBAYE NI MUNGU

Ingawa Yesu alichukua umbo la mwanadamu, bado alikuwa Mungu kamili. Fikiria alama zifuatazo za uungu zinazohusishwa na Kristo.

A. Sifa

Tazama mistari ifuatayo, inayoelezea sifa mbalimbali za Kristo.
Mkuu . . . . Mathayo 28:18
Wa Milele . . . . .1 Yohana 1:1–2
Asiyebadilika (habadiliki) . . . . Waebrania 13:8
Ajuaye yote (mjuzi wa yote) . . . . .Wakolosai 2:2b–3
Mkamilifu au asiye na dhambi . . . . 2 Wakorintho 5:21
Mtakatifu . . . . Matendo 3:14–15
Ukweli . . . . .Yohana 14:6

Kristo alionyesha uwezo wake (uweza yote) katika huduma yake hapa duniani kwa njia zifuatazo:

1. Mathayo 8:23–27: uweza juu ya _____

2. Luka 4:40: uweza juu ya _____

3. Luka 4:33–36: uweza juu ya _____

4. Yohana 11:43–44: uweza juu ya _____

Ni mamlaka gani ya ziada ambayo Yesu alidai na kutumia (Marko 2:3–12)?

(Dokezo: tazama mstari 10.)

_____

Kulingana na Marko 2:7, ni nani peke yake anayeweza kusamehe dhambi? _____

Kwa kuwa Yesu alikuwa na mamlaka ya kusamehe dhambi, na ni Mungu pekee anayeweza kusamehe

dhambi, Yesu Kristo ni nani? _____

B. Vyeo vya Uungu

1. Mathayo 1:23 _____("Mungu pamoja nasi")

2. Wafilipi 2:10–11 _____ (mkuu)

3. Yohana 8:58_____(cheo kilichotengwa kwa ajili ya Mungu; Kutoka 3:14)

❖ *Ni mantiki, naamini, kwamba Yule aliye wa kwanza katika cheo ulimwenguni; Yule ambaye ndiye kitovu cha marejeleo ya historia; Yule ambaye ni Wakala, Lengo, Mtangulizi, Mlinzi, Gavana katika uwanda wa uumbaji; aliye Kichwa cha kanisa, na aliye mwanzo, chanzo, na Aliye mkuu, mwenye cheo kikuu kwa wote waliofufuliwa, aliye malimbuko, ukitaka, kati yao waliolala; huyo ana haki ya kile cheo cha "Mkuu." Ama vipi?*

- John MacArthur

C. Kauli za Uungu
Andika kauli kuu.

1. Wakolosai 2:9 _____
_____

2. Waebrania 1:1-3a _____
_____
_____

3. Yohana 1:1, 14: Yesu Kristo ("Neno") ni _____

4. Tito 2:13 _____
_____

III. KRISTO ALIYE MWOKOZI

Kulingana na Yohana 3:17, Yesu ndiye Mwokozi wa ulimwengu. Orodhesha vyeo vifuatavyo vinavyoeleza neema ya Mungu ya kuokoa.

1. Yohana 1:29_____

2. Yohana 6:35_____

3. Yohana 14:6_____

IV. MFALME ANAYEKUJA KUTAWALA

Yesu si mtu wa zamani tu. Yeye ndiye Mfalme wa wafalme na Bwana wa mabwana aliyekusudiwa (1 Timotheo 6:14–15) ambaye siku moja atatawala juu ya dunia yote.

A. **Kulingana na Danieli 7:14, ni mambo gani matatu ambayo Kristo amepewa?**

    1. _____

    2. _____

    3. _____

B. **Yesu aliwaambia nini wafuasi wake katika Mathayo 25:31–32?**

_____

_____

C. **Kristo alipopaa mbinguni siku 40 baada ya ufufuo, mitume waliambiwa nini (Matendo 1:11)?** _____

_____

D. **Eleza kurudi kwa Yesu Kristo (2 Wathesalonike 1:7b–10).** _____

_____

_____

_____

Kristo ni:

1. Mungu

2. Mwokozi

3. Mfalme/Mtawala

A. Kwa kuzingatia haya, unawezaje kujitayarisha vyema kwa ajili ya ujio wake wa pili (2 Petro 3:14)?

_____

_____

_____

_____

_____

B. Unaweza kufanya nini wiki hii ili kumkiri Yeye ni nani (Ufunuo 5:11–14)?

_____

_____

_____

_____

_____

Jitayarishe kwa Zoezi Lako

1. Pakua ujumbe #5, "Yesu Anayeteseka: Mbadala Wetu na Mchungaji." kutoka www.gty.org/fof.

2. Tumia daftari lako kuandikia kumbukumbu za ujumbe.

3. Yafanyie kazi maswali na mazoezi kwenye kurasa zifuatazo.

• • •

Hifadhi akilini 1 Wakorintho 15:3-4

Kwa maana yale niliyopokea ndiyo niliyowapa ninyi, kama yenye umuhimu wa kwanza: Kwamba Kristo alikufa kwa ajili ya dhambi zetu, kama yasemavyo Maandiko, ya kuwa alizikwa na alifufuliwa siku ya tatu, kama yasemavyo Maandiko.

• • •

❖ Baadhi ya watu wanafikiri Yesu alikufa kama mfiadini. Wanafikiri kwamba Yesu ni mfano mzuri tu wa mtu aliyekufa kwa ajili ya kusudi fulani. Hiyo ndiyo fikra ya "Yesu Kristo Nyota Mkubwa"—kwamba Yesu alikuwa mfiadini ambaye aliishi kwa ajili ya kusudi jema na anaweka mfano mzuri wa jinsi ya kujitoa muhanga kwa ajili ya kusudi fulani hata wewe kuwa tayari kufa kama mfiadini. Na kwa hakika, mfiadini anaweza kuwa mfano wa mateso, lakini mfiadini hawezi kuwa mbadala. Mfiadini hawezi kuondoa dhambi yangu kwa kafara ya yeye mwenyewe.

- John MacArthur

"Yeye mwenyewe alizichukua dhambi zetu katika mwili wake juu ya mti, ili tufe kwa mambo ya dhambi, bali tupate kuishi katika haki. Kwa kupigwa kwake, ninyi mmeponywa." (1 Petro 2:24).

I. HITAJI LA MWANADAMU LA KAZI YA KRISTO

A. Kulingana na Warumi 3:10–12, kila mtu ana hatia ya mambo gani sita?

1. _____
2. _____
3. _____
4. _____
5. _____
6. _____

Warumi 3:23 inajumlisha tatizo: "kwa kuwa wote wametenda dhambi na kupungukiwa na utukufu wa Mungu."

B. Mwanadamu ni mtumwa wa nini (Yohana 8:34)?_____

C. Matokeo ya dhambi ni nini (Yakobo 1:15)?_____

D. Kwa kuwa tulikuwa wafu katika makosa na dhambi zetu, tulimfuata nani na tulikuwa wana wa aina gani (Waefeso 2:1–3)?

_____
_____
_____

_____

E. "Wana wa kuasi" watapata ghadhabu ya nani (Waefeso 5:6)?

_____

Je, Mungu Atastahimili Dhambi?

"Alaaniwe kila mtu asiyeshikilia kutii mambo yote yaliyoandikwa katika Kitabu cha Sheria."
—Wagalatia 3:10

Kama tulivyojifunza katika somo #3, Mungu anathibitisha utakatifu wake na anadai ulinganifu kwa utakatifu huo. Mwanadamu anakabiliwa na:

- Dhambi (Warumi 3:23)

- Kuwa na Mungu kama adui yake (Yakobo 4:4b)

- Kuwa chini ya nguvu za Shetani (1 Yohana 5:19)

- Kutoweza kujiokoa (Warumi 5:6)

- Kifo (Warumi 6:23)

- Hukumu ya adhabu na kutengwa na Mungu milele (2 Wathesalonike 1:9)

II. GHARAMA YA KAZI YA KRISTO

A. Soma Wafilipi 2:7–8

1. Ni mambo gani matatu aliyofanya Kristo alipokuja duniani (mstari 7)?

a. _____

b. _____

c. _____

2. Yesu alijinyenyekeza kwa njia gani (mstari 8)? _____

_____

B. Ni nini kilimpata Yesu duniani, kulingana na Isaya 53:3?

_____

_____

C. Msamaha wa dhambi unahitaji nini (Waebrania 9:22)?

_____

D. Kristo alilipa bei gani ili kutukomboa (1 Petro 1:18 –19)?

_____

E. Yesu alilia nini pale msalabani (Mathayo 27:46)?

_____

_____

F. Mungu alimfanya nini Yesu alipokuwa msalabani (Isaya 53:6)?

_____

_____

III. UTOAJI WA KAZI YA KRISTO

Yesu Kristo alikuja duniani kulipia gharama ya dhambi. Gharama hiyo ilikuwa maisha yake mwenyewe, ambayo aliyatoa kwa hiari (Yohana 10:11, 17–18). Dhabihu yake ilikuwa njia pekee ya kuondoa dhambi za nyakati zote (Waebrania 9:12).

Eleza kile ambacho kifo cha Yesu kilitimiza.

A. 1 Petro 3:18 _____

B. Warumi 5:10 _____

_____

C. 2 Wakorintho 5:21 _____

D. Wagalatia 1:4 _____

_____

E. Waefeso 1:7 _____

_____

F. Warumi 6:6 –7 _____

_____

❖ Katika kiini cha ibada ya kanisa ni ile kanuni nzuri ya Meza ya Bwana, ambayo tunaifahamu sana. Pale kwenye Meza ya Bwana tunachukua mkate na kikombe kwa ukumbusho pamoja na ushirika na Kristo. Katika kiini cha Meza ya Bwana lipo fundisho na fundisho hilo ndilo kiini hasa cha injili ya Kikristo. Limejumlishwa katika maneno ya Bwana wetu aliyesema, "Huu ni mwili Wangu unaotolewa kwa ajili yenu." Kiini cha injili ya Kikristo ni kwamba Yesu Kristo amefanya jambo kwa ajili yetu. Hususan, alikufa kwa ajili yetu. Hoja ndiyo hio. Kifo chake kilikuwa kwa ajili yetu. Na hakika hivyo ndivyo Petro asemavyo katika 1 Petro 2:21, "kwa sababu Kristo naye aliteswa kwa ajili yenu." Aliteseka kwa ajili yako. Ilikuwa kwa ajili yetu kwamba Kristo aliteseka, hiyo ndiyo hoja yake.

- John MacArthur

Yesu Kristo: Jibu kwa Shida Zote za Wanadamu Zinazohusu Wokovu

Kazi ya Kristo msalabani na ufufuo wake ndio suluhisho pekee la matatizo ya mwanadamu. Ndiyo maana Petro angeweza kutangaza kumhusu Yesu Kristo:

"'Wala hakuna wokovu katika mwingine awaye yote, kwa maana hakuna jina jingine chini ya mbingu walilopewa wanadamu litupasalo sisi kuokolewa kwalo."—Matendo 4:12

Rejelea majibu yako katika sehemu ya kwanza ya somo hili, na uzingatie jinsi Kristo ndiye jibu kwa kila moja ya matatizo ya mwanadamu.

Tatizo la Mwanadamu	Suluhisho Katika Kristo	Maandiko
A. Hatia Mbele za Mungu 　1. Sio wenye haki	"kwa kutii kwa mtu mmoja wengi watafanywa wenye hakihaki"	Warumi 5:19
2. Kutokuelewa	"Mwana wa Mungu amekuja, naye ametupa sisi ufahamu."	1 Yohana 5:20
3. Kutomtafuta Mungu	"Mwana wa Adamu amekuja kutafuta na kuokoa kile kilichopotea.	Luka 19:10
4. Kumwacha Mungu	"Mlikuwa . . . mmepotea . . . lakini sasa mmemrudia Mchungaji."	1 Petro 2:25
5. Wote wamekuwa wasiofaa kitu	"haya yakiwa (Sifa hizi) . . . yanawasaidia msikose bidii wala kutozaa matunda katika. . . Kristo."	2 Petro 1:8
6. Hakuna matendo mema	"Kwa maana sisi ni kazi ya mikono ya Mungu, tulioumbwa katika Kristo Yesu, ili tupate kutenda matendo mema"	Waefeso 2:10
B. Utumwa wa dhambi	"Yesu imeniweka huru mbali na sheria ya dhambi na mauti."	Warumi 8:2
C. Kukabiliana na kifo	"yeyote anayesikia maneno yangu na kumwamini yeye aliyenituma, anao uzima wa milele "	Yohana 5:24
D. Kukabiliana na ghadhabu ya Mungu	"Basi, kwa kuwa sasa tumehesabiwa haki kwa damu yake, si zaidi sana tutaokolewa kutoka ghadhabu ya Mungu kupitia kwake!"	Warumi 5:9

IV. MOTISHA WA KAZI YA KRISTO

A. Kwa nini Mungu aliwaokoa wanadamu (Yohana 3:16; Warumi 5:8)?

_____

B. Ni sifa gani ya Mungu inayoonyeshwa katika wokovu wake wa wanadamu (1 Petro 1:3)?

_____

C. Kwa nini mwandishi anaita rehema ya Mungu kuwa kuu? (Dokezo: Warumi 5:6, 8)

_____

_____

V. AZIMIO NA KUENDELEA KWA KAZI YA KRISTO

Kifo cha Kristo pale Kalvari kilimaliza kazi yake ya ukombozi kwa ajili ya mwanadamu (Yohana 19:30). Lakini hadithi ya wokovu haiishii hapo. Kaburi halikuweza kumshikilia Kristo; anaishi na kuendeleza kazi aliyoianza kwa ajili yetu.

A. Kristo alitangazwaje kuwa Mwana wa Mungu (Warumi 1:4)?

_____

B. Baada ya Kristo kufanya utakaso wa dhambi, aliinuliwaje (Waebrania 1:3)?

_____

C. Tunapitia kifo cha kiroho kwa njia ya dhambi ya Adamu. Ni faida gani tunayopata kupitia ufufuo wa Kristo (1 Wakorintho 15:21-22)?

_____

Biblia huurejelea ufufuo wa Kristo kuwa "malimbuko." Hili ni neno la Agano la Kale linalozungumzia malimbuko ya mavuno; matunda haya yalitengwa kwa ajili ya Bwana. Linapotumiwa katika Agano Jipya, "malimbuko" hudokeza ahadi ya mavuno zaidi kufuata. Kwa hiyo, ufufuo wa Kristo una ahadi ya ufufuo kwa wengine pia. (1 Wakorintho 15:20 –22; 1 Petro 1:3)

D. Sasa kwa kuwa tumevutwa kwa Mungu kupitia Kristo, Yesu anaweza kufanya nini (Waebrania 7:25)? _____

_____

E. Je, Kristo ana jukumu gani la kipekee (1 Timotheo 2:5)? _____

_____

F. Yesu alipokuwa akielekea kuondoka, aliahidi kufanya nini (Yohana 14:3)? _____

_____

_____

VI. UTEKELEZAJI

Wakati baadhi ya watu wanakabiliwa na uhalisi wa Kristo ni nani, wanatambua kuwa wamefanya kosa kubwa katika kile walichoamini au jinsi walivyoishi. Wanasadikishwa sana mioyoni mwao. Tafakari mfano wa wanaume wa Yerusalemu, ambao macho yao yalifunguliwa kwa ukweli.

> Watu waliposikia maneno haya yakawachoma mioyo yao, wakawauliza Petro na wale mitume wengine, "Ndugu zetu tufanye nini?— Matendo 2:37

Unaweza kufanya nini?

- ► Kubali kwamba umetenda dhambi na haukubaliki kwa Mungu.

- ► Tubu na uliite jina la Yesu ili likuokoe.

- ► Tafuta msamaha kwa damu yake iliyomwagika kwa ajili yako.

- ► Kubali kuwa yeye ndiye mtawala halali katika maisha yako.

- ► Mshukuru Mungu kwa upendo na neema yake.

O Nimetubu dhambi zangu na kuliita jina la Yesu Kristo, nikimwamini kama Bwana na Mwokozi.

O Sijampokea Kristo, lakini bado natafuta kwa bidii.

Jitayarishe kwa Zoezi Lako

1. Pakua ujumbe #6, "Kubadilishana Kifo Kilicho Hai kwa Maisha ya Kufa," kutoka www.gty.org/fof.

2. Tumia daftari lako kuandikia kumbukumbu za ujumbe.

3. Yafanyie kazi maswali na mazoezi kwenye kurasa zifuatazo.

• • •

Hifadhi akilini Waefeso 2:8-10

Kwa maana mmeokolewa kwa neema, kwa njia ya imani, wala si kwa matendo yenu mema. Hii ni zawadi kutoka kwa Mungu, si kwa matendo, ili mtu yeyote asije akajisifu. Kwa maana sisi ni kazi ya mikono ya Mungu, tulioumbwa katika Kristo Yesu, ili tupate kutenda matendo mema, ambayo Mungu alitangulia kuyaandaa tupate kuishi katika hayo.

• • •

❖ John Edie, mhubiri wa Uskoti wa karne ya kumi na tisa, alisema, "Watu wasio na Kristo ni mauti yanayotembea. Uzuri wa utakatifu haumvutii mwanadamu katika hali yake ya kutohisi maadili, wala tabu za jehanamu hazimzuii. Unaweza kuzungumza naye kuhusu mbinguni, yeye havutiwi. Unaweza kuzungumza naye kuhusu jehanamu, haogopi.

Sasa mwanadamu wa aina hii hahitaji kurekebishwa, mtu wa aina hii hahitaji ukarabati, mtu wa aina hii hahitaji urejesho, kurudishiwa fahamu; mtu wa aina hii anahitaji ufufuo. Anahitaji uzima, kwa sababu amekufa.

- John MacArthur

Je, kazi ya ukombozi ya Kristo inatekelezwaje kwa mwanadamu? Tunajuaje kama mtu fulani ni Mkristo? Mungu ameamuru au ameweka mpango wa wokovu ambao ametufunulia katika Biblia. Katika somo hili, tutajifunza jinsi anavyowaokoa wale wanaoamini.

I. UKUU WA MUNGU KATIKA WOKOVU

A. Mpango mkuu wa Mungu wa wokovu

1. Soma Warumi 8:29–30, na uandike mwendelezo wa jinsi Mungu anavyomleta mtu kwenye wokovu:

Mstari 29: Maana _____

Pia _____.

Mstari 30: Nao wale_____

Pia _____.

Mstari 30: Nao wale_____

Pia _____.

Mstari 30: Nao wale_____

Pia _____.

2. Soma Waefeso 1:4 –6 na ujibu yafuatayo yafuatayo:

a. Je, mpango wa Mungu umekuwa upi tangu kabla ya kuwekwa misingi ya ulimwengu (mstari 4)

_____

_____

b. Ni nini kusudi la mpango wake wa wokovu (mstari 6)?

_____

_____

Neema ni "tendo huru na kuu la Mungu la upendo na rehema katika kutoa wokovu kupitia kifo na ufufuo wa Yesu, mbali na chochote ambacho wanadamu wanaweza kufanya, na kudumisha kwake wokovu huo hadi utukufu."[1] —John MacArthur.

_____

[1] Nukuu kutoka The MacArthur New Testament Commentary series, Galatians (Moody), © 1987 by John MacArthur.

B. Mungu Autekeleza Mpango Wake wa wokovu

Amri lya Mungu ya Kuufunua Mpango Wake

"Lakini sasa siri hiyo imefunuliwa na kujulikana . . .kutokana na amri ya Mungu wa milele, ili mataifa yote yaweze kumwamini na kumtii." —Warumi 16:25-26

1. Hali ya kiroho ya mwanadamu ni ipi kabla ya kubadilishwa (Waefeso 2:1)?

_____

2. Mungu (Roho Mtakatifu) anafanya nini kuhusu dhambi (Yohana 16:8)?

_____

3. Ni nini kinachohitajika kabla ya mtu kujua ukweli (2 Timotheo 2:25)?

_____

4. Ni nani anayeijalia?_____

5. Soma Yohana 1:12-13. Ni nani anayetupatia haki ya kufanyika watoto wa Mungu (mstari 12)?

_____

Zingatia kwamba haki au pendeleo hili hatupewi kwa sababu ya:

- ► Kuzaliwa kwetu ("kwa damu")
- ► Juhudi zetu ("mapenzi ya mwili")
- ► Hiari yetu wenyewe ("mapenzi ya mwanadamu")

6. Nani husababisha kukua kwa muumini (1 Wakorintho 3:6)?_____

7. Ni nani atakayesababisha ufufuo kufanyika (1 Wakorintho 6:14)?_____

C. Mungu auhitimisha mpango wake

1. Tazama tena Warumi 8:29. Tutafananishwa na sura ya nani hatimaye?

_____

2. Ni nini kitakachotokea kwa kila muumini (Wafilipi 3:20-21)?

_____

_____

3. Je, Kristo anatamani nini kwa wale walio wake (Yohana 17:24)?

_____

II. KUBADILISHWA

Hesabu 21:5–9 inarekodi jinsi wana wa Israeli walivyotenda dhambi dhidi ya Mungu, na hivyo Mungu akawatuma nyoka hatari waliowauma na kusababisha kifo. Watu walitambua dhambi yao na wakaomba kukombolewa. Mungu alimwagiza Musa kumweka nyoka wa shaba anayeng'aa juu ya mti, na wakati mtu alipoumwa, angeliweza kumtazama na kuokolewa. Kwa njia inayotoa picha ya kubadilishwa; hata hivyo, badala ya nyoka juu ya mti, tuna Mwana wa Mungu juu ya msalaba.

A. Kusadikishwa kwa dhambi

1. Mungu amewapa watu nini ili kudhihirisha dhambi zao (Warumi 3:20)? _____

2. Watu walipotambua kosa walilofanya katika kumsulubisha Kristo, walijisikiaje mioyoni mwao mwao (Matendo 2:36 36–37)?

_____

B. Kutubu dhambi

1. Kwa nini mtoza ushuru alimlilia Mungu hekaluni (Luka 18:13)?

_____

_____

2. Soma 2 Wakorintho 7:9-10

   a. Je, huzuni ya kiungu juu ya dhambi huzalisha nini (mstari wa 10)? _____

   b. Je, inaongoza kwenye nini (mstari wa 10)?_____

Toba ina maana ya kuacha dhambi na kumgeukia Mungu

C. Kumgeukia Kristo

Wakati watu waliokuwa wameumwa na nyoka hatari walimtazama nyoka juu ya mti, walikuwa wakitekeleza imani katika kile alichokisema Mungu.

1. Ni ahadi gani inatolewa kwa wale wanaoliita jina la Bwana (Warumi 10:13)?

_____

2. Soma Warumi 10:8 –10. Imani inahitajika kwa wokovu.

   a. Je, ni lazima kukiri nini (mstari wa 9)? _____

   b. Je, ni lazima kuamini nini (mstari wa 9)? _____

> Imani ina maana ya kumwamini, kujishikilia kwake au kumkumbatia Yesu Kristo, ambaye ndiye mlengwa wa imani yetu.

D. Kufanyika watumwa wa haki

1. Soma Warumi 8:1–2.

   a. Kwa muumini katika Kristo, ni nini adhabu ya dhambi (mstari wa 1)?

   _____

   b. Muumini yuko huru kutoka kwa nini (mstari 2)? _____ na _____

2. Anapowekwa huru kutoka kwa dhambi, muumini anafanyika kuwa nini (Warumi 6:18)?

   _____

3. Je, hutokea faida gani (Warumi 6:22)?

   _____

   _____

> Utakaso ni ule mchakato wa kufananishwa na mfano wa Yesu Kristo.

III. USHAHIDI WA WOKOVU

Shuhuda tatu muhimu za muumini wa kweli ni: *imani* itendayo kazi, *upendo* utendao kazi, na *tumaini* linalostahimili (1 Wathesalonike 1:3–4).

A. Imani itendayo kazi

1. Ni nini kinachofunua imani halisi?

   a. Yakobo 2:18 _____

   b. 1 Petro 1:6–7 _____

2. Mungu aliwatayarisha waumini kwa ajili ya nini (Waefeso 2:10)? _____

_____

3. Tito 3:8 inasema kwamba wale ambao wamemwamini Mungu wanapaswa kufanya nini? Kwa nini?

_____

_____

B. Upendo utendao kazi

1. Zaidi ya imani, ni nini kingine ambacho Mungu huzingatia katika muumini (Waebrania 6:10)?

_____

2. Je, ni kipi chanzo cha upendo katika maisha ya muumini (Warumi 5:5)?

_____

3. Je, ni nini ukweli wa mtu aliyezaliwa na Mungu (1 Yohana 4:7–8)?

_____

4. Je, muumini wa kweli anaonyeshaje upendo (1 Yohana 3:18–19)?

_____

C. Tumaini linalostahimili

1. Yesu alisema nani ataokolewa (Mathayo 10:22)?

_____

2. Ni nini kinachotupa motisha wetu wa kustahimili (1 Timotheo 4:10)?

_____

3. Eleza tumaini alililonalo Mkristo.

   a. Wagalatia 5:5_____

   b. 1 Wathesalonike 5:8 _____

   c. Tito 3:7 _____

D. Matatu Yanayodumu

Paulo aliona mambo gani matatu kuhusu Wakolosai? (Wakolosai 1:4–5)?

1. _____

2. _____

3. _____

IV. UTEKELEZAJI

Mungu ndiye mkuu katika wokovu. Muumini haitwi kwenye wokovu kwa sababu ya kustahili kwake bali kwa sababu ya kusudi na neema ya Mungu (Waefeso 1:3–14)

A. Ukitambua kwamba Mungu amekuchagua kwa ajili ya wokovu, unapaswa kuitikiaje (Waefeso 1:4)?

_____

_____

_____

B. Je, unahimizwa kuishi vipi (Warumi 6:12–13)?

_____

Muumini wa kweli atasadikishwa kuhusu dhambi na kuiacha. Atakuwa tayari kujitiisha kwa Mungu na kumfuata Kristo. Muumini wa kweli ataonyesha:

- ► Imani itendayo kazi

- ► Upendo utendao kazi

- ► Tumaini linalostahimili

Sifa hizo tatu zimo kwa kila muumini wa kweli na hutengeneza mwelekeo wa maisha yake.

Soma Zaburi 116:16 –17. Kuanzia leo, unaweza kufanya utekelezaji gani?

_____

_____

_____

_____

Jitayarishe kwa Zoezi Lako

1. Pakua ujumbe #7, "Mjazwe na Roho." kutoka www.gty.org/fof.

2. Tumia daftari lako kuandikia kumbukumbu za ujumbe.

3. Yafanyie kazi maswali na mazoezi kwenye kurasa zifuatazo.

— • • • —

Hifadhi akilini Yohana 14:16

Nami nitamwomba Baba, naye atawapa Msaidizi mwingine akae nanyi milele.

— • • • —

Roho Mtakatifu ni Mungu. Biblia inamtambulisha kuwa mmoja wa Nafsi tatu zilizopo kama Mungu mmoja—yaani, Mungu Baba, Mungu Mwana, na Mungu Roho Mtakatifu. Katika somo hili: tutajifunza Roho Mtakatifu ni nani na uwepo wake na huduma yake ni nini katika maisha ya muumini.

I. ROHO MTAKATIFU NI NAFSI

A. Anatambulika kama nafsi

Viwakilishi vya kibinafsi kama vile "Yeye" au "Naye" vinatumiwa kumrejelea Roho Mtakatifu badala ya "hiyo." Orodhesha ni mara ngapi "Yeye" au "Naye" vimetumika katika Yohana 14:17 kumrejelea Roho Mtakatifu.

_____

B. Sifa za Nafsi

1. Uwezo wa kiakili. Ana uwezo wa kujua na kuelewa uhalisi

a. Warumi 8:27: Roho Mtakatifu ana _____

b. 1 Wakorintho 2:10 Roho Mtakatifu huchunguza

_____

c. 1 Wakorintho 2:11: Roho Mtakatifu_____

_____

2. Hisia. Ana uwezo wa kupata hisia.

Rekodi hisia inayohusishwa na Roho Mtakatifu katika

Waefeso 4:30._____

3. Hiari. Ana uwezo wa kuamua au kutenda kwa uamuzi.

Orodhesha uamuzi au hukumu ambapo Roho Mtakatifu anaonyesha sifa yake ya hiari.

a. 1 Wakorintho 12:7, 11_____

_____

b. Matendo 13 _____

_____

A. Sifa

Roho Mtakatifu: Sifa za Uungu		
Mjuzi wa yote	Ajuaye yote	Isaya 40:13–14
Kuwepo kila mahali	Yupo kila mahali	Zaburi 139:7
Wa Milele	Bila mwanzo wala mwisho	Waebrania 9:14
Ukweli	Uadilifu; uaminifu	1 Yohana 5:7; Yohana 16:13

B. Kauli za uungu

1. Andika kauli muhimu inayoonyesha kwamba Roho Mtakatifu ni Mungu (2 Wakorintho 3:17).

_____

2. Kulingana na Matendo 5:3–4, kumdanganya Roho Mtakatifu ni sawa na kumdanganya

_____

III. KAZI YA ROHO MTAKATIFU

A. Kulingana na Zaburi 104:30, Roho Mtakatifu anafanya kazi katika_____.

B. Petro wa Pili 1:20 –21 inatwambia kwamba Roho Mtakatifu pia alikuwa akitenda kazi katika

_____.

Roho Mtakatifu Hutoa Ushahidi Kumhusu Kristo	
Anathibitisha kwamba Yesu ndiye Kristo	Yohana 15:26
Atamfichua ama kumfunua Kristo	Yohana 16:14
Hatajizungumzia yeye mwenyewe	Yohana 16:13

IV. KAZI YA ROHO MTAKATIFU

Mojawapo ya maeneo muhimu zaidi ya kazi ya Roho ni kuhusiana na mpango wa Mungu wa wokovu.

A. Ni kazi gani maalum ambayo Roho Mtakatifu hufanya (Yohana 16:7–8)?

_____

B. Wenye dhambi huzaliwa na nani katika ufalme wa Mungu (Yohana 3:5–8)?

_____

C. Roho hufanya kazi gani mtu anapookoka?

1. Tito 3:5–6 _____

_____

2. 1 Wakorintho 12:13_____

_____

Ubatizo wa Roho hufanyika mara moja tu—wakati wa wokovu.

D. Roho Mtakatifu anadhaminia vipi wokovu wa muumini (Waefeso 1:13 –14)?

_____

Kutiwa Muhuri kwa Roho Mtakatifu[1]

Muhuri ulikuwa kifaa cha kale, kwa kawaida pete ya muhuri au silinda iliyochongwa jina la mmiliki au kwa nakshi fulani. Uliitumiwa kutia muhuri bidhaa, kuonyesha umiliki, kuthibitisha uhalisi wa hati, au kupiga chapa aina ya awali ya alama ya biashara.

Muhuri unaonyesha umiliki na usalama. Ndio dhamana ya baraka zijazo. Uwepo wa Roho Mtakatifu katika maisha yetu ni ahadi ya Mungu ya urithi wetu katika siku zijazo! Ni uhakikisho wa ajabu.

V. HUDUMA YA ROHO MTAKATIFU KATIKA MAISHA YA MUUMINI

A. Kuna uhusiano gani kati ya Roho Mtakatifu na muumini (Warumi 8:9)?

_____

B. Je, inawezekana kuwa Mkristo na Roho Mtakatifu asiishi ndani yako? _____

C. Ni huduma gani nyingine ya Roho Mtakatifu katika maisha ya muumini (1 Wakorintho 2:12–13)?

_____

---

[1] Maelezo ya muhuri yamechukuliwa kutoka *The Zondervan Pictorial Encyclopedia of the Bible*, Volume 5, ed. Merrill C. Tenney, © 1975, 1976 by The Zondervan Corporation. Inatumika kwa ruhusa.

D. Ni mahimizo gani yanayotolewa kwa waumini wote kuhusiana na Roho?

    1. Waefeso 4:30 _____

    2. 1 Wathesalonike 5:19 _____

    3. Waefeso 5:18 _____

Kujazwa na Roho Mtakatifu

Kujazwa na Roho Mtakatifu ni kuwa chini ya utawala wake kamili na udhibiti . . . . Kujazwa na Roho kunahusisha kukiri dhambi, kusalimisha mapenzi, akili, mwili, wakati, kipaji, mali, na tamaa. Kunahitaji kifo cha ubinafsi na kuua utashi . . . Kujazwa na Roho wa Mungu ni kujazwa na Neno lake. Na tunapojazwa na Neno la Mungu, linadhibiti mawazo na matendo yetu.[2] —John MacArthur.

E. Mkristo anaepukaje kutenda dhambi (Wagalatia 5:16)?

_____

F. Muumini anapojazwa na Roho Mtakatifu, atadhihirisha tunda la Roho. Soma Wagalatia 5:22–23 na uorodheshe sifa hizi hapa chini:

    1. _____   6. _____

    2. _____   7. _____

    3. _____   8. _____

    4. _____   9. _____

    5. _____

Je, unazidhihirisha sifa hizo katika maisha yako?

---

[2] Nukuu kutoka The MacArthur New Testament Commentary series, *Ephesians* (Moody), © 1986 by John MacArthur.

VI. UTEKELEZAJI

Katika 1 Wakorintho 6:19-20, mtume Paulo anaandika: "Je, hamjui ya kwamba miili yenu ni hekalu la Roho Mtakatifu akaaye ndani yenu, ambaye mmepewa na Mungu? Ninyi si mali yenu wenyewe, kwa maana mmenunuliwa kwa gharama. Kwa hiyo mtukuzeni Mungu katika miili yenu?"

A. Je, hilo lina umuhimu gani kwako?

_____

_____

_____

_____

B. Unahitaji kufanya nini ili kumtukuza Mungu katika mwili wako?

_____

_____

_____

_____

Jitayarishe kwa Zoezi Lako

1. Pakua ujumbe #8, "Kuomba Bila Kukoma." kutoka www.gty.org/fof.

2. Tumia daftari lako kuandikia kumbukumbu za ujumbe.

3. Yafanyie kazi maswali na mazoezi kwenye kurasa zifuatazo.

Hifadhi akilini Wafilipi 4:6-7

Msijisumbue kwa jambo lolote, bali katika kila jambo kwa kuomba na kusihi pamoja na kushukuru, haja zenu na zijulikane na Mungu. Nayo amani ya Mungu, inayopita fahamu zote, itailinda mioyo yenu na nia zenu katika Kristo Yesu.

Kusudi la maombi ni kuonyesha utii wetu kwa ukuu wa Mungu na imani yetu katika uaminifu wake. Sala ndio njia ambayo kwayo tunaeleza yote yaliyo mioyoni mwetu kwa Baba yetu wa mbinguni mwenye upendo na hekima. Maombi sio kumpa Mungu habari, kwa sababu Mungu anajua kila kitu. Maombi hutuleta katika ushirika wa kicho na Mungu, kumwabudu na kumkiri yeye kama mtoaji wa vitu vyote.

I. ASILI YA MAOMBI

A. Kwa muumini, maombi ni uzoefu wa kujifunza ambao lazima uendelezwe ili kuwa nidhamu ya kiroho.

1. Katika Luka 11:1, wanafunzi walimuuliza nini Yesu

_____

2. Soma Warumi 8:26

a. Kulingana na mtume Paulo, ni nani hutusaidia katika sala zetu?

_____

b. Kwa kuzingatia hilo, tunapaswa kufanya nini wakati hatuna

uhakika tutaombea kitu gani ?_____

_____

B. Maombi ni mawasiliano na Mungu. Maandiko yanatwambia kwamba Mungu anajishughulisha sana na mapambano yetu ya kibinafsi.

1. Zaburi 34:15 inasema nini kuhusu Bwana _____

_____

2. Daudi alileta nini mbele za Mungu katika maombi (Zaburi 142:2)?_____

_____

3. Tunatiwa moyo vipi kumkaribia Mungu (Waebrania 4:16)?

_____

4. Ingawa tuna pendeleo la kuingia, andiko la Mhubiri 5:2 linashauri tahadhari gani?_____

_____

_____

5. Je, 1 Petro 5:6–7 inawapa waumini faraja gani? _____

_____

C. Maombi huleta matokeo. Yanaweza kubadilisha hali—na watu. Tunatiwa moyo kuomba tukitarajia matokeo.

1. Kanisa liliomba kwa ajili ya nani katika Matendo 12:5?_____

2. Mungu alijibuje maombi yao (Matendo 12:7)? _____

_____

3. Kando na majibu, ni nini kingine ambacho Mungu huwapa wale wanaoomba (Wafilipi 4:6 –7)?

_____

Maombi ya mwenye haki yana nguvu tena yanafaa sana. — Yakobo 5:16

II. DESTURI YA MAOMBI

A. Kote katika Biblia, Mungu huwatia moyo na kuwaamuru waumini kustahimili katika maombi.

1. Katika Luka 18:1, wanafunzi walifundishwa kwamba wanapaswa kuomba kila wakati na si?

_____

2. Mapenzi ya Mungu ni nini kwa waaminio katika Kristo Yesu (1 Wathesalonike 5:17)?

_____

3. Waumini wanapaswa kuomba lini (Waefeso 6:18)? _____

_____

B. Katika Biblia, utagundua miongozo mingi ya kukusaidia kukuza desturi ya maombi.

1. Katika mfano huu katika Luka 11, Yesu aliwafundisha wanafunzi wake kutarajia nini ikiwa wangedumu katika maombi (Luka 11:5–10)? _____

_____

❖ *Tunaweza kuanza kuelewa kuomba bila kukoma kwa kutazama maisha ya Bwana wetu kwa sababu alifanya hivyo. Ni dhahiri alikuwa katika ushirika wa kudumu na Baba. Na tunamwona katika Maandiko akiamka mapema kuomba. Tunamwona akikesha katika maombi. Lazima ulikuwa ni ushirika usio na mwisho na usiokatizwa baina yake na Baba. Waebrania hutuambia kwamba alitoa maombi na dua kwa kulia sana na machozi. Huo ni utambuzi wa kuvutia. Kulikuwa na uzito katika maombi ya Yesu ambao ni wa kipekee kabisa, na hilo ni la kushangaza sana. Alipoomba mara kadhaa, kulikuwa na masumbuko makali. Na tunaweza kuchukulia kwamba ingawa Maandiko hayatoi kumbukumbu za maelezo ya kuomba kwake kote, kulikuwa na uzito wa aina ile ile na maombi yale ambayo tunayaona na ambayo yamefunulia kwetu katika andiko. Biblia inapotwambia kwamba alienda kwenye Mlima wa Mizeituni na kuomba usiku kucha, bila shaka kulikuwa na uzito katika aina hiyo ya maombi ambao tunajua machache sana kuuhusu, kama kweli tunajua chochote.*

- John MacArthur

2. Yesu anafundisha nini kama hitaji la kujibiwa maombi (Yohana 15:7)?

_____

3. Kulingana na 1 Yohana 5:14, tuna uhakika gani tunapoomba?

_____

_____

Kielelezo cha Yesu cha Maombi: Mathayo 6:9–14
Mwombeni Mungu . . . . .Baba yetu uliye mbinguni
Mtukuzeni, mkisema . . . . .Jina lako litukuzwe
Jitiisheni kwake, mkiomba . . . . Ufalme wako uje.Mapenzi yako yafanyike
Mtazameni yeye, mkitafuta . . . . Utupatie Mkate wetu wa kila siku (riziki)
Ungameni kwake, mkisihi . . . . .Utusamehe deni zetu
Mtegemeeni, mkiomba . . . . .Usitutie majaribuni
Mwaminini, mkiomba . . . . Bali utuokoe kutoka kwa yule mwovu

C. Tazama mistari ifuatayo na uorodheshe baadhi ya vizuizi vya kujibiwa maombi.

1. Zaburi 66:18 _____

2. Yakobo 4:3 _____

3. Isaya 59:1–2 _____

Maeneo Manne Muhimu ya Maombi
Kuabudu.............. Mtafakari Mungu Mwenyewe. Msifuni kwa sifa zake, ukuu wake, na karama yake ya Kristo.
Ungamo .... Kubali kwa Mungu kwamba umetenda dhambi. Kuwa mwaminifu na mnyenyekevu. Kumbuka, anakujua na anakupenda.
Shukrani .... Mwambie Mungu jinsi unavyoshukuru kwa kila kitu alichokupa, hata mambo yasiyopendeza. Shukrani yako itakusaidia kuona makusudi yake.
Dua .... Fanya maombi maalum. Omba kwanza kwa ajili ya wengine kisha wewe mwenyewe.
Zingatia kwamba herufi za kwanza za maneno haya manne hufanyiza neno "KUSD." Unaweza kutumia kifupi hiki kama mwongozo wa kudumisha usawa unapoomba.

III.UGUMU KATIKA MAOMBI

A. Maombi yanaweza kuwa kazi ngumu, lakini hilo lisituzuie kuomba, hata inapohitaji kujitoa.

1. Yesu aliomba kwa muda gani kabla ya kuwachagua mitume 12 (Luka 6:12)?

_____

2. Eleza mkazo wa Yesu alipokuwa akiomba akiutarajia msalaba (Luka 22:44).

_____

3. Waumini wanapaswa kuwa waangalifu kufanya nini tunapojitolea kwa maombi (Wakolosai 4:2)?

_____

B. Hata wakati tumekatishwa tamaa, bado tunaweza kumwendea Mungu kwa maombi.

1. Kwa nini Daudi alikatishwa tamaa katika Zaburi 13:1–2? _____

_____

2. Lalamishi la Daudi katika Zaburi 22:2 lilikuwa lipi? _____

C. Maombi yanatawaliwa na ukuu wa Mungu, na kusudi lake huamua jibu lake kwa maombi yetu.

1. Soma 2 Wakorintho 12:7–9.

   a. Paulo aliomba nini? _____

   b. Aliomba kwa ajili yake mara ngapi? _____

   c. Je, alipokea kile alichoomba? Kwa nini? _____

   _____

2. Soma Marko 14:35–36.

   a. Yesu aliuliza nini kwa Baba kuhusu "saa" yake ya kuteseka?

   _____

   b. Lakini alikuwa tayari kufanya nini? _____

   _____

IV. UTEKELEZAJI

Tunga sala rahisi kwa kufuata kielelezo cha " Maeneo Manne Muhimu ya Maombi."

_____

_____

_____

_____

_____

_____

_____

_____

_____

_____

Yakabidhi maombi yako kwa mpango wa Mungu wenye hekima na
upendo, ukikiri utayari wako wa kupokea jibu lake kwa shukrani.

Jitayarishe kwa Zoezi Lako

1. Pakua ujumbe #9, "Mwili wa Kristo," kutoka www.gty.org/fof.

2. Tumia daftari lako kuandikia kumbukumbu za ujumbe.

3. Yafanyie kazi maswali na mazoezi kwenye kurasa zifuatazo.

* * *

Hifadhi akilini Waebrania 10:24–25

Tuangaliane na kuhimizana sisi kwa sisi katika upendo na katika kutenda mema. Wala tusiache kukutana pamoja, kama wengine walivyo na desturi, bali tuhimizane sisi kwa sisi kadiri tuonavyo Siku ile inakaribia.

* * *

I. KANISA LA ULIMWENGUNI KOTE

"Kanisa sio jengo lionekanalo, bali ni kundi la waumini; sio dhehebu, kikundi, au ushirika, bali ni Mwili wa kiroho. Kanisa sio shirika, bali ni ushirika, ushirika unaojumuisha waumini."[1]
—John MacArthur.

A. Soma Wakolosai 1:18 na Waefeso 5:23.

1. Nafasi ya Kristo ni ipi katika kanisa? _____

2. Kanisa limeelezwa vipi? _____

B. Kristo alinunua kanisa kwa gharama gani (Matendo 20:28)? _____

C. Mtu anakuwaje kiungo cha mwili wa Kristo?

1. Wakolosai 3:15: _____ katika mwili.

2. 1 Wakorintho 12:13: _____ katika mwili.

II. KANISA LA MAHALI

Agano Jipya linaeleza jinsi waumini walivyokusanyika pamoja katika vikundi vidogo ili kumwabudu Kristo, kupokea mafundisho kutoka kwenye Maandiko, kukidhi mahitaji ya mmoja kwa mwingine, kuomba, na kufanya uinjilisti.

A. Kanisa la mahali kuonyeshwa

1. Waumini walikutana wapi kabla ya kuwa na majengo ya kanisa (Warumi 16:5; 1 Wakorintho 16:19)?

_____

2. Walikutania siku gani ya juma (Matendo 20:7)?

_____

* * *

[1]Nukuu imechukuliwa kutoka kwa Body Dynamics na John MacArthur, © 1982

3. Orodhesha mambo manne ambayo kanisa la kwanza lilijitolea kwayo (Matendo 2:42):

a. _____ c. _____

b. _____ d. _____

B. Kanisa la mahali kupangwa

1. Wanaume waliokirimiwa

Kulingana na Waefeso 4:11–12, Mungu alitoa aina nne za wanaume waliokirimiwa kwa kanisa. Ziorodheshe:

_____ _____

_____ _____

Mungu aliwatoa wanaume hawa waliokirimiwa kwa kanisa ili kuwaandaa watakatifu kwa madhumuni gani (mstari 12)?

_____

_____

2. Wazee/waangalizi

Sifa za mzee au mwangalizi zimeelezwa katika 1 Timotheo 3:1–7 na Tito 1:6–9

a. Ni yapi majukumu makuu mawili ya mzee (1 Petro 5:1–2)?

(1) _____

(2) _____

b. Je, ni jukumu gani la waumini kwa wazee (Waebrania 13:17)?

_____

Kwa nini? _____

_____

3. Mashemasi

Neno shemasi linamaanisha "mtumishi." Mashemasi wanapaswa kuyahudumia mahitaji ya kundi chini ya uelekezi wa wazee wa kanisa. Sifa za mashemasi zimeelezwa katika 1 Timotheo 3:8-13.

4. Viungo vya Mwili

a. Je, Waebrania 10:25 inawaonya waumini wasipuuze nini?

_____

b. Waebrania 13:7 inatufunza kuhusu wale wanaotufundisha Neno la Mungu. Itikio letu linapaswa kuwa lipi? (Chagua jibu sahihi.)

○ Tunapaswa kuwahimiza wengine kuja na kuwasikiliza.

○ Hatupaswi kutumaini kuwa na aina ya imani waliyo nayo.

○ Tunapaswa kuyatazama maisha yao ya kitaua na kufuata kielelezo chao cha imani.

c. Je, tunapaswa kutendaje kwa viungo vingine vya mwili (1 Wakorintho 12:25)?

_____

5. Wale waliosimikwa kuhubiri na kufundisha wanapaswa kuhimiliwa kwa namna gani?

a. 1 Wakorintho 9:14_____

_____

b. Wagalatia 6:6_____

_____

III. USHIRIKA

Biblia inatumia neno la Kiyunani *koinonia* kuelezea ushirika katika mwili wa Kristo. Neno hilo linamaanisha "kushiriki pamoja na wengine katika kusudi moja." Kisawe cha Kilatini ni komunyo, kikielekeza kwenye ushirika unaoshirikiwa na waumini wengine pamoja pia na Mungu.

A. Umoja katika kanisa

1. Nini hamu ya Mungu kwa kila kanisa la mahali (1 Wakorintho 1:10)?

_____

2. Soma Waefeso 4:2-3.

Ni nini kitakachokuza umoja (mstari 2)?_____

_____

Wajibu wetu ni nini (mstari 3)? _____

_____

3. Soma Wafilipi 2:1–4. Kipi muhimu katika kudumisha umoja katika mwili (mstari 3)?

_____

_____

B. Ushirika na Mungu na waumini wengine

Maandiko yako wazi kwamba muumini anafurahia ushirika na:

1. Mungu Baba (1 Yohana 1:3)

2. Mungu Mwana (1 Yohana 1:3)

3. Roho Mtakatifu (2 Wakorintho 13:14)

4. Waumini wengine (1 Yohana 1:7)

Hata hivyo, ushirika wa kweli hauwezekani na nani (2 Wakorintho 6:14–15)? _____

C. Ushirika unahusisha kuwahudumia waumini wengine.

1. Ushirika ndani ya mwili wa Kristo unahusisha kushiriki katika maisha ya kila mmoja wetu. Kulingana na kila mstari hapa chini, Wakristo wanapaswa kuhudumiana kwa jinsi gani?

- Warumi 14:19 _____

- Wagalatia 5:13 _____

- Wagalatia 6:2 _____

- Yakobo 5:16 _____

2. Mungu amempa nini kila Mkristo ili kumsaidia kuwahudumia wengine katika kanisa (1 Petro 4:10–11)?

_____

IV. IBADA

Neno la Kiingereza kuabudu kiasili liliandikwa "kustahili," likimaanisha kutambua thamani ya mtu au kitu fulani. Tunaabudu tunapompa Mungu heshima kwa jinsi alivyo. Ibada hutambua Nafsi ya Mungu, asili yake, sifa zake na kazi zake. Inatokana na moyo wa shukrani na hutoa kusujudu, kujitolea, na kujitiisha kwa Mungu.

A. Mungu hutafuta waabudu halisi.

Soma Yohana 4:23–24. Je, unapaswa kumwabudu Mungu kwa jinsi gani (mstari 24)?

_____

Ikiwa tunataka kumwabudu Mungu katika ukweli (sio kwa makosa), lazima tutafute kumjua kwa kujifunza kuhusu sifa na matendo yake.

B. Tunamwabudu Mungu kwa sababu yeye pekee ndiye anayestahili ibada yetu kuu.

Soma Ufunuo 4:10–11 na ujibu maswali yafuatayo.

1. Mungu anastahili kupokea nini? _____

2. Kwa nini? _____

C. Kumwabudu Mungu kunahusisha sifa.

Mtunga -zaburi alisema Mungu anapaswa kuabudiwa vipi (Zaburi 66:4)? _____

D. Kumwabudu Mungu kunahusisha uchaji.

1. Musa alifanya nini alipomwabudu Mungu (Kutoka 34:8)?

_____

2. Kumcha Mungu kunadhihirishwa vipi katika mistari ifuatayo?

a. Kutoka 34:8 _____

b. Luka 7:1–7 _____

c. Ufunuo 1:17 _____

Njooni, tumwimbie Bwana kwa furaha;tumfanyie kelele za shangwe Mwamba wa wokovu wetu.
Tuje mbele zake kwa shukrani,tumtukuze kwa vinanda na nyimbo. Kwa kuwa Bwana ni Mungu
mkuu,mfalme mkuu juu ya miungu yote. Mkononi mwake mna vilindi vya dunia,na vilele vya milima ni
mali yake. Bahari ni yake, kwani ndiye aliifanya,na mikono yake iliumba nchi kavu. Njooni, tusujudu,
tumwabudu, tupige magoti mbele za Bwana Muumba wetu— ZABURI 95:1–6

KANUNI YA UBATIZO

Ubatizo ulianzishwa na Bwana wetu na kutekelezwa na waumini wa pale mwanzo. Kama inavyofafanuliwa katika Maandiko, ubatizo ulikuwa tangazo la kujitambulisha kwa muumini pamoja na Yesu Kristo katika kifo, kuzikwa, na kufufuka kwake. Ni dhahiri, ubatizo ulitekelezwa na kanisa la pale mwanzo, na kwa hiyo, tunaamini kwamba agizo hili linapaswa kutekelezwa na kanisa leo.

KWA NINI KUBATIZA?
Tunabatiza kwa sababu:
- Ubatizo uliamriwa na Bwana wetu wetu—Mathayo 28:19
- Ubatizo ulitekelezwa na kanisa la pale mwanzo—Matendo 2:41; 8:26–39; 10:44–48; 16:31–33; 18:18

NANI ANAPASWA KUBATIZWA?
Katika Maandiko tunapata mifano ya wanafunzi (au wafuasi) wa Kristo, waumini, na wale waliompokea Roho Mtakatifu wakibatizwa:

- Wanafunzi (au wafuasi wa Kristo)— Mathayo 28:19
- WauminiWaumini—Matendo 2:41; 8:30–38; 16:33–34
- Wale waliompokea Roho Mtakatifu—Matendo 10:44-48

Kwa hiyo, tunahitimisha kwamba wale ambao wamemkiri Yesu Kristo kibinafsi kama Mwokozi na Bwana wao (yaani, Wakristo) wanapaswa kubatizwa.

NINI MAANA YA UBATIZO?
Ubatizo ni tangazo la utambulisho wa muumini na Kristo:

- Kutambulishwa na Kristo katika kifo chake—Warumi 6:3
- Utambulisho na Kristo katika kuzikwa kwake—Warumi 6:4a
- Kutambulishwa na Kristo katika ufufuo wake—Warumi 6:4b

Ubatizo ni ungamo "kwamba utu wetu wa kale ulisulubishwa pamoja naye" (Warumi 6:6) na kukiri kwamba kuanzia sasa tunaweza "kuenenda katika upya wa uzima" (Warumi 6:4b).

JE TUBATIZE VIPI?
Tunaamini kwamba mtu anapaswa kubatizwa kwa kuzamishwa kabisa katika maji:

- Neno *ubatizo* lilifanyiwa unukuzi kutoka kwa neno *baptizo*, likimaanisha "kufanya kuzidiwa kabisa; kutumbukiza, au kuzamisha"
- Ubatizo ulifanyika mahali palipokuwa na *maji mengi*—Yohana 3:23
- Walipobatiza *waliteremka kwenda kwenye maji* (Matendo 8:38) na *kuibuka kutoka kwenye maji* (Mathayo 3:16)

Pia, wakati wa kubatiza kwa kuzamishwa, taswira ya kuteremka kwenda kwenye maji na kuibuka kutoka kwenye maji inaashiria utambulisho wa muumini na kifo, kuzikwa, na ufufuo wa Kristo.

Je, umemkiri Yesu Kristo kama Bwana na Mwokozi?_____

Je, umebatizwa kama muumini? _____

KANUNI YA KOMUNYO

Meza ya Bwana, au Komunyo, ni mojawapo ya kanuni mbili zilizotolewa kwa kanisa na Yesu Kristo (nyingine ikiwa ni ubatizo). Meza ya Bwana ni tendo la ukumbusho wa kifo cha Kristo.

Soma 1 Wakorintho 11:23–26 na ujaze mapengo yaliyoachwa hapa chini.

1. Mkate ni ukumbusho wa _____.

2. Kikombe ni ukumbusho wa_____.

3. Kila wakati unaposhiriki katika Komunyo, unatangaza kifo cha Bwana (1 Wakorintho 11:26). Kwa kuzingatia ukweli huu, ni onyo gani lililotajwa katika 1 Wakorintho 11:27–30?

_____

_____

_____

VI. UTEKELEZAJI

A. Je, wewe ni kiungo cha mwili wa Kristo?

_____

B. Je, wewe ni mshiriki wa kusanyiko la mahali la Wakristo?

_____

C. Umejifunza nini kutokana na somo hili ili kuboresha ibada yako kwa Mungu

_____

_____

_____

_____

Jitayarishe kwa Zoezi Lako

1. Pakua ujumbe #10, "Miujiza, Uponyaji, na Lugha." kutoka www.gty.org/fof.

2. Tumia daftari lako kuandikia kumbukumbu za ujumbe.

3. Yafanyie kazi maswali na mazoezi kwenye kurasa zifuatazo.

· · ·

Hifadhi akilini 1 Wakorintho 12:7

Basi kila mmoja hupewa ufunuo wa Roho kwa faida ya wote.

· · ·

Mungu hutoa karama za kiroho kwa waumini kwa kusudi la huduma katika kanisa. Neno la Kiingereza linatokana na maneno mawili ya Kiyunani, *charismata* na *pneumatika*. Mzizi wa *charismata* ni *charis* , ambalo linamaanisha "neema" na huzungumzia kitu kisichostahiliwa au ambacho hakikuja kwa kufanyiwa kazi. Neno la pili, *pneumatika* , linamaanisha "kiroho," au vitu vinavyotolewa na Roho wa Mungu. Katika somo hili, utatazama karama mbalimbali za kiroho na jinsi zinavyopaswa kutumika katika mwili wa Kristo.

I. ASILI YA KARAMA ZA KIROHO

A. Ni nani chanzo cha karama za kiroho?

    1. 1 Wakorintho 12:11 _____

    2. 1 Wakorintho 12:28 _____

B. Ni nani aliye na karama za kiroho (1 Petro 4:10)?

_____

C. Kusudi la karama za kiroho ni nini?

    1. 1 Wakorintho 12:4–7 _____

    _____

    2. 1 Wakorintho 14:12 _____

    _____

    3. 1 Petro 4:10–11 _____

    _____

    _____

II. UTOAJI WA KARAMA ZA KIROHO

A. Karama za kiroho zimerejelewa katika Maandiko.
Ziorodheshe hapa chini:

    1. Warumi 12:6–8

    _____ _____ _____

    _____ _____ _____

    _____

2. 1 Wakorintho 12:8–10

_____ _____ _____

_____ _____ _____

_____ _____ _____

3. 1 Wakorintho 12:28b (nusu ya pili ya mstari)

_____ _____ _____

_____ _____

B. Kuzielewa karama — karama za muda

Kwa ufahamu bora wa jinsi karama za kiroho zinavyofanya kazi, tumeziainisha karama katika makundi mawili: za muda (maalum) na za kudumu.

Roho Mtakatifu alitoa karama za muda ili kuthibitisha ushuhuda wa mitume na manabii. Karama hizi zilienea katika kanisa la pale mwanzo lakini ziliacha kuwa dhahiri kanisa lilipokuwa thabiti.

1. Miujiza

Karama hii ni uweza wa kufanya "maajabu" na "ishara." Kristo alifanya miujiza mingi, kama ilivyorekodiwa katika Maandiko. Paulo alitumia karama hii kuthibitisha utume wake, kama inavyoelezwa katika 2 Wakorintho 12:12

2. Uponyaji

Petro alikuwa na karama hii (tazama Matendo 3:6 –8; 5:15–16), ambayo ilithibitisha ujumbe wake na kusaidia kuweka msingi wa kanisa.

3. Lugha na fasiri za lugha

Karama hii inadhihirishwa kwa kunena kwa lugha isiyojulikana kwa mnenaji (tazama Matendo 2:1–11). Karama hii ilikuwa sharti iambatane na karama ya fasiri (1 Wakorintho 14:27–28).

C. Kuzielewa karama—karama za kudumu

Roho Mtakatifu alitoa karama kwa ajili ya kulijenga kanisa. Hizi zilienea katika kanisa la pale mwanzo na bado zipo kanisani hadi leo

1. Unabii

Kutabiri ni kuhubiri au kuyatangaza Maandiko. Unabii sio lazima umaanishe kutabiri wakati ujao.

2. Kufundisha

Karama hii ni uweza wa kufundisha Neno la Mungu na kuwasaidia wasikilizaji kuelewa Maandiko kama vile mwandishi alivyokusudia.

3. Imani

Karama hii ni imani thabiti, yenye kuwezesha ambayo inamwamini Mungu kweli katika kukabili vikwazo vinavyotuzidi na mambo yasiyowezekana ya kibinadamu, na kwa mambo makuu. John MacArthur anaita hii kuwa "karama ya sala" kwa sababu karama hiyo inaonyeshwa kimsingi kwa Mungu kupitia sala.

4. Hekima

Huu ni uweza wa kutumia hekima, inayopatikana kutokana na utambuzi wa kiroho kwa waumini; kujua lililo sawa na lililo baya, maarifa kutumika.

5. Maarifa

Huu ni ufahamu wa ukweli wa Maandiko. Kwa mtazamo wa kibinadamu, ni usomi au uweza wa kujua ukweli wa Maandiko kwa upana na kwa kina.

6. Utambuzi

Utambuzi ni uweza wa kujua ni mambo gani yanayotoka kwa Roho na yapi hayatoki kwake, kutofautisha ukweli na uongo. Karama hii hutumika kama ulinzi kwa kanisa.

7. Rehema

Huu ni uweza wa kuonyesha huruma ya kina kwa wale walio na mahitaji ya kiroho, ya kimwili, au ya kihisia.

8. Kuhimiza

Kuhimiza ni uweza wa kutia moyo na kutoa motisha. Mtu aliye na karama hii anaweza kuja karibu na mwingine ili kumfariji kwa upendo, kumtia moyo katika kujitoa kiroho kwa kina zaidi na kukua, au kumhimiza kutenda. Hii ndio karama inayowahitimisha watu kutekeleza huduma ya ushauri katika mwili.

9. Kutoa

Karama hii ni rejeleo la moja kwa moja kwa huduma yakinifu ya kutoa chakula, nguo, pesa, nyumba, n.k., kama itikio kwa mahitaji ya kanisa.

10. Utawala/Uongozi

Karama hii ni uweza wa kusimamia kundi. Karama hii inapaswa kuonyeshwa na wachungaji na wazee, pamoja na viongozi wa vyama vya kimisionari, huduma za vijana, vyama vya uinjilisti, n.k.

11. Aina za usaidizi

Karama hii ni uweza wa kusaidia wakati wa shida au kuchukuliana mizigo kama hali itakavyojiri.

12. Huduma

Karama ya huduma ni kufanya kazi kwa ajili ya mwili wa Kristo katika maeneo ya huduma ya kimwili, kama vile kuhudumia chakula au kufanya matengenezo.

A. Taja kanuni inayoonyeshwa/zinazoonyeshwa katika Warumi 12:6–8.

_____

_____

B. Soma 1 Wakorintho 13:1–7 na ujibu maswali yafuatayo:

1. Karama zako zinawezaje kutumiwa vibaya na bila faida (mistari 1–3)?

_____

2. Kwa kuwa kukirimiwa kwako kwa kiroho kunapaswa kutumika kwa upendo, ni miongozo gani itahakikisha faida ya karama zako?

Orodhesha miongozo 15 (mistari 4–7).

a. _____   i. _____

b. _____   j. _____

c. _____   k. _____

d. _____   l. _____

e. _____   m._____

f. _____   n. _____

g. _____   o. _____

h. _____

C. Wakorintho wa Kwanza 12 inafunua umuhimu wa kila karama ya kiroho katika mwili wa Kristo.
Kulingana na 1 Wakorintho 12:25, mtazamo wako unapaswa kuwaje katika matumizi ya karama yako ya kiroho?

_____

_____

D. Soma Waefeso 4:11–16. Ni nini husababisha kukua kwa mwili wa Kristo (mstari 16)?

_____

_____

IV. UTEKELEZAJI

Ugunduzi wa Kukirimiwa Kwako
Kila mshiriki wa mwili ameamriwa kuhudumu katika maeneo mengi ya karama, awe ana karama hiyo au la. Kwa mfano, Wakristo wote wanapaswa kufanya kazi katika maeneo yafuatayo: Imani. . . . . 2 Wakorintho 5:7 Hekima. . . . . Yakobo 1:5 Maarifa. . . . . 2 Timotheo 2:15 Kuhimiza. . . . . .Waebrania 10:25 Kutoa. . . . . 2 Wakorintho 9:7 Utunzaji mmoja kwa mwingine (usaidizi). . . . . 1 Wakorintho 12:25

Biblia haielezi waziwazi jinsi ya kubainisha karama za kiroho za mtu. Hata hivyo, unaweza kuanza kwa kuwa mtiifu katika maeneo yaliyotajwa hapo juu. Tafuta nafasi iliyojitokeza, na uombee fursa za kuhudumu. Tafuta ushauri wa waumini wengine; wanaweza kuwa na ufahamu zaidi wa karama zako kuliko wewe mwenyewe.

Ili kugundua karama zako katika mwili na kwa kujitiisha kwa wazee wa kanisa lako, ni katika maeneo gani ungependa kuwa tayari kutumika?

1. _____

2. _____

3. _____

Kila mmoja wetu anahitaji kutumia karama yake katika huduma kwa wema wa kanisa lote.

"Kila mmoja na atumie kipawa chochote alichopewa kuwahudumia wengine, kama mawakili waaminifu wa neema mbalimbali za Mungu." — 1 Petro 4:10

Jitayarishe kwa Zoezi Lako

1. Pakua ujumbe #11, "Uvuvi wa Watu," kutoka www.gty.org/fof.

2. Tumia daftari lako kuandikia kumbukumbu za ujumbe.

3. Yafanyie kazi maswali na mazoezi kwenye kurasa zifuatazo.

∘ ∘ ∘

Hifadhi akilini 1 Petro 3:15

Bali mtakaseni Kristo kuwa Bwana mioyoni mwenu. Siku zote mwe tayari kumjibu mtu yeyote atakayewauliza kuhusu sababu ya tumaini lililomo ndani yenu. Lakini fanyeni hivyo kwa upole na kwa heshima.

∘ ∘ ∘

Neno uinjilisti huleta mawazo mengi akilini. Baadhi ya watu hufikiria mahema na wanenaji maarufu; wengine huona "ziara" ya kila juma na woga wa "kushuhudia." Somo hili litatanguliza dhana ya kibiblia ya uinjilisti na nafasi anayoichukuwa muumini.

I. WITO KWA UINJILISTI

A. Kulingana na Marko 16:15, wanafunzi walipaswa kufanya nini?

_____

_____

B. Je, ni vipengele vipi vitatu vya kufanya wanafunzi, kulingana na Mathayo 28:19–20?

1. _____

2. _____

3. _____

C. Yesu alisema nini kitangazwe kwa mataifa yote (Luka 24:46–47)

_____

_____

_____

_____

D. Paulo alipaswa kuwaambia nini watu wote (Matendo 22:15)

_____

_____

_____

❖ *Yohana wa Kwanza 4 inatwambia kwamba tunampenda Mungu tu kwa sababu yeye alitupenda sisi kwanza. Na Yohana 3:16 inatwambia kwamba "Mungu aliupenda ulimwengu hata akamtoa." Kazi kuu kabisa katika moyo wa Mungu, analolijali kabisa akilini mwa Mungu, ni uinjilisti. Kuwaokoa waliopotea ndilo analolijali sana Mungu. Pia ndilo analolijali sana Kristo. Luka 19:10 inasema, "Kwa maana Mwana wa Adamu amekuja kutafuta na kuokoa kile kilichopotea." Kazi ya kuwaokoa waliopotea ndilo analolijali sana Mungu na ndilo analolijali Kristo, na pia jambo analolijali sana Roho Mtakatifu, kwa maana ni Roho Mtakatifu anayekuja, kulingana na Yohana 16, kuwasadikisha watu juu ya dhambi na haki na hukumu. Roho Mtakatifu ndiye anayekuja juu ya kanisa, na baada ya kumpokea Roho Mtakatifu, tunafanywa mashahidi wake, Yesu alisema, "katika Yerusalemu, na katika Yudea yote, na Samaria, na hata miisho ya dunia." Analolijali sana Mungu ni uinjilisti. Analolijali sana Kristo ni uinjilisti. Analolijali sana Roho ni uinjilisti, kuwaokoa waliopotea.*

- John MacArthur

II. HABARI NJEMA YA UINJILISTI: INJILI

A. Kulingana na 1 Wakorintho 15:3–4, ni habari gani njema ambayo Paulo alihubiri?

1. _____

2. _____

3. _____

B. Paulo alisema hakuwa na aibu juu ya nini (Warumi 1:16)?_____

C. Kwa nini? _____

III. YA MSINGI KATIKA UINJILISTI

A. Mtu anapaswa kuamini nini kuhusu Yesu Kristo ili kupata wokovu?

1. Yohana 1:1 _____

2. Yohana 14:6 _____

3. Matendo 4:12 _____

B. Ifuatayo ni mistari muhimu katika kushiriki ujumbe wa injili. Tazama kila mstari na ueleze kwa ufupi hoja kuu.

1. Warumi 3:23_____

_____

2. Warumi 6:23_____

3. Warumi 5:8_____

_____

4. 1 Petro 2:24 _____

_____

5. Warumi 10:9 _____

_____

6. Yohana 1:12 _____

_____

Watu wengi hawazielewi kweli hizi:
Mwanadamu hawezi kujiokoa. . . . . Marko 10:26–27
Mungu ni mtakatifu na mwenye haki, naye anachukia dhambi. . . . . .Zaburi 5:4–5
Yesu Kristo ni Mungu. . . . . Wakolosai 2:9
Kifo cha Kristo msalabani kilikuwa kwa ajili ya dhambi zetu. . . . . 1 Petro 3:18
Kristo anatoa mbingu kama zawadi ya bure ya Mungu. . . . . Warumi 6:23

IV. MKAKATI WA UINJILISTI

A. Shuhudia kwa maisha yako

1. Tunapaswa kuishi maisha ya aina gani, na tunapaswa kuonekanaje kwa ulimwengu (Wafilipi 2:14–15)?

_____

_____

_____

Wengine watamwona Mkombozi wako kupitia maisha yako yaliyokombolewa.

2. Soma Mathayo 5:16.

   a. Watu wanaona nini kinachofanya maisha ya Mkristo kung'aa? _____

   b. Matokeo yatakuwa nini?_____

3. Kulingana na Wakolosai 4:6, unapaswa kuzungumza na wengine kwa njia gani?

_____

_____

B. Omba

1. Paulo alipokuwa akiwaombea wengine, ni nini kilichokuwa moyoni mwake (Warumi 10:1)?

_____

2. Paulo aliwaambia Wakolosai waombe kwa ajili ya dua gani (Wakolosai 4:3–4)?

_____

_____

3. Tunapolinena Neno la Mungu kwa wengine, hasa katika hali za kutishia, tunapaswa kumwomba Mungu atupe nini (Matendo 4:29)?

_____

_____

"Awali ya yote, nasihi kwamba dua, sala, maombezi na shukrani zifanyike kwa ajili ya watu wote . . .Jambo hili ni jema, tena linapendeza machoni pa Mungu Mwokozi wetu, anayetaka watu wote waokolewe na wafikie kuijua kweli."
—1 Timotheo 2:1, 3–4

C. Tumia Neno la Mungu

1. Neno la Mungu litafanya nini (Waebrania 4:12)?

_____

_____

2. Paulo alitumiaje Maandiko katika kushuhudia (Matendo 17:2–3)?

_____

_____

3. Maandiko yanaweza kufanya nini (2 Timotheo 3:15)?

_____

_____

Ni lazima tuwe tayari kuzungumza kumhusu Kristo katika hali yoyote. Ni lazima tuvijue vya msingi katika injili. Ni lazima tuwe na ujasiri katika Mungu na Neno lake.

"Siku zote mwe tayari kumjibu mtu yeyote atakayewauliza kuhusu sababu ya tumaini lililomo ndani yenu."

—1 Petro 3:15

Basi omba na utafute fursa!

V. UTEKELEZAJI

Orodhesha watu kadhaa unaotaka kuwafikia kwa ajili ya Kristo. Omba mara kwa mara kwa ajili ya watu hao, na ujitayarishe kwa fursa ya kushiriki Neno la Mungu pamoja nao. Mruhusu Mungu afanye kazi yake ya kusadikisha, na umwamini yeye.

1. _____
2. _____
3. _____
4. _____
5. _____

Kumbuka, toa mfano wa kufanana na Kristo.

Washuhudie watu kwa maisha yako, na ujumbe wako utaeleweka kwa uwazi zaidi!

UTII

Jitayarishe kwa Zoezi Lako

1. Pakua ujumbe #12, "Upendo na Utii," kutoka www.gty.org/fof.

2. Tumia daftari lako kuandikia kumbukumbu za ujumbe.

3. Yafanyie kazi maswali na mazoezi kwenye kurasa zifuatazo.

• • •

Hifadhi akilini 1 Yohana 2:3–4

Katika hili twajua ya kuwa tumemjua yeye, ikiwa tunazishika amri zake. Yeye asemaye, "Nimemjua," wala hazishiki amri zake, ni mwongo, wala kweli haimo ndani yake.

• • •

❖ Tumeitwa, naamini, kumpenda Bwana Yesu Kristo, kumpenda kwa nafsi yote, moyo wote, akili yote, na nguvu zote. Na tungesema tunafanya hivyo! Ila naitazama jamii; nalitazama kanisa, na sioni aina hiyo ya ibada, aina hiyo ya kujitolea, aina hiyo ya kujiachilia kwa vipaumbele ambavyo ni vipaumbele vya kiungu. Naona tukiwa tumetawanyika katika wingi wa machaguo, tukiwekea uzito sawa au hata uzito mkubwa zaidi kwa baadhi ya mambo yanayopita kuliko mambo ya milele.

- John MacArthur

Utii ndio itikio linalotarajiwa la Mkristo kwa Bwana wake. Lakini utii ni zaidi ya kufuata seti ya kanuni. Katika somo hili, tutajifunza maana ya kuwa mtii, maeneo ya utii, na baadhi ya matokeo ya utii.

I. WITO KWA UTII

"Kama watoto watiifu . . . Bali kama yeye aliyewaita alivyo mtakatifu, nanyi kuweni watakatifu katika mwenendo wenu wote. "—1 Petro 1:14 –15

A. Wito wa Kutii Amri za Mungu

1. Katika Yohana 14:15, Yesu alisema, "Kama mnanipenda,

_____."

2. Ni nini kinachotarajiwa kwa wale wanaosikia Neno la

Mungu (Yakobo 1:22)? _____

_____

B. Wito wa Kumfuata Kristo

1. Ni nini kinachotakiwa kwa mtu anayemfuata Yesu (Luka 9:23)?

a. _____

b. _____

c. _____

2. Yesu alituwekeaje kielelezo alipoteseka kwa ajili ya utii wake kwa Mungu (1 Petro 2:20–23)?

_____

_____

_____

_____

C. Wito kwa Kujitiisha

"Je, hamjui kwamba mnapojitoa kwa mtu yeyote kama watumwa watiifu, ninyi ni watumwa wa yule mnayemtii, aidha watumwa wa dhambi, ambayo matokeo yake ni mauti, au watumwa wa utii ambao matokeo yake ni haki?" —Warumi 6:16

Tunapaswa kujitoaje kwa Mungu (Warumi 12:1)?

_____

_____

II. UTII NI ALAMA YA MUUMINI WA KWELI

A. Tazama 1 Yohana 2:3–4 (mstari wa kuhifadhi akilini).

1. Kutii Neno la Mungu kunaonyesha nini?

_____

2. Kuendelea kutotii Neno la Mungu kunaonyesha nini?

_____

B. Ni nini kinachomwainisha muumini wa kweli kuwa yule atakayeingia katika ufalme wa mbinguni (Mathayo 7:21)?

_____

"Lakini mtu yeyote anayelitii neno lake, upendo wa Mungu umekamilika ndani yake kweli. Katika hili twajua kuwa tumo ndani yake. - 1 Yohana 2:5

III. MIFANO YA KUTOTII

A. Soma 1 Samweli 15:16–23. Badala ya kutii amri ya Mungu kitimilifu, Mfalme Sauli alibadili njia yake mwenyewe ya ibada na kutoa udhuru wa kutotii.

1. Jibu la Samweli lilikuwa gani? Jinsi gani alilinganisha utii na dhabihu (mstari 22)?

   _____

2. Ukaidi na uasi unalinganishwa na nini (mstari 23)?

   _____

3. Kutotii kwa Sauli kulimgharimu nini (mstari 23)?

   _____

B. Tafakari Zekaria 7:8–14.

1. Watu waliitikiaje maagizo ya Mungu (mistari 11–12)?

   _____

2. Je, kuliathirije maombi yao (mstari 13)?

   _____

3. Matokeo yalikuwa ni yapi (mstari 14)?

   _____

   _____

IV. MIFANO YA UTII

Agano la Kale lina mifano mingi ya utii. Zingatia mashujaa wa imani na utii wa Agano la Kale walioorodheshwa katika Waebrania 11.

A. Utii wa Abrahamu

1. Je, ni matendo gani makuu mawili ya Abrahamu ya utii?

   a. Mwanzo 12:1–4; Waebrania 11:8 _____

   _____

   b. Mwanzo 22:1–12 _____

   _____

Kwa sababu Abrahamu alimtii Mungu, ni mambo gani matatu ambayo Mungu alimwahidi mwana wa Abrahamu (Mwanzo 26:2–5)?

a. _____

b. _____

c. _____

B. Mfano wa Kristo wa utii

1. Je, jambo alilolijali Kristo kuliko yote lilikuwa lipi hapa duniani (Yohana 4:34)?

_____

2. Hata wakati wa kukabiliana na msalaba, mtazamo wa Kristo ulikuwa upi (Luka 22:42)?

_____

3. Yesu alikuwa tayari kuwa mtii kwa kadiri gani (Wafilipi 2:8)?

_____

V. AHADI NA BARAKA ZA UTII

A. Orodhesha baadhi ya baraka ambazo tumeahidiwa ikiwa tutatii amri za Mungu.

1. Yohana 15:10 _____

2. Yohana 15:14 _____

3. 1 Yohana 3:22 _____

B. Yesu anafananisha maisha ya mtu anayesikia na kutii neno lake na nini? (Mathayo 7:24–27)?

_____

VI. MAENEO YA UTII

A. Yesu analinganisha na nini maisha ya mtu anayesikia na kutii Neno lake na nini? (Mathayo 28:20)?

_____

B. Soma kila mstari hapa chini. Jaza ni yupi wa kuwa mtii kwa nani na kwa nini.

1. Wakolosai 3:20

a. Nani? _____ kwa nani? _____

b. Kwa nini? _____

2. Waefeso 5:22–24

a. Nani? _____ kwa nani? _____

b. Kwa nini? _____

3. Waefeso 6:5–8

    a. Nani? _____ kwa nani? _____

    b. Kwa nini? _____

4. Waebrania 13:17

    a. Nani? _____ kwa nani? _____

    b. Kwa nini? _____

    _____

5. Warumi 13:1

    a. Nani? _____ kwa nani? _____

    b. Kwa nini? _____

    _____

C. Mke anapaswa kufanya nini ikiwa mume wake sio muumini (1 Petro 3:1)?

_____

_____

D. Je, ikiwa mtumishi (au mfanyakazi) ana mwajiri "mgumu"? Je, mtumishi au mfanyakazi huyo anapaswa kufanya nini (1 Petro 2:18–19)?

_____

_____

VII. MTAZAMO WETU KUHUSU UTII

Ni lazima tukumbuke kwamba matendo yetu yote mema mbali na imani ni kama vazi chafu (Isaya 64:6). Utii bila imani ya kweli haufai kitu. Utii wetu lazima ukue kutoka kwenye moyo wa imani ya kweli kwa Mungu.

A. Kipi kilikuwa msingi wa utii wote wa Abrahamu (Waebrania 11:8)? _____

B. Soma mfano wa wale wana wawili (Mathayo 21:28–32). Ni mwana yupi aliyekuwa na mtazamo bora zaidi? Kwa nini?

_____

C. Tukimtumia Petro kama mfano wetu, tunapaswa kuitikiaje wakati Neno la Mungu linaonekana kinyume na hukumu yetu wenyewe (Luka 5:4–7)

_____

D. Soma Waefeso 6:6.

    1. Tunapaswa kujionaje katika kuhusiana na Kristo? _____

    2. Tunapaswa kuwa na mtazamo gani katika kufanya mapenzi ya Mungu? _____

    _____

"Vivyo hivyo nanyi mkiisha kufanya mliyoagizwa, semeni, 'Sisi tu watumishi tusiostahili; tumefanya tu yale tuliyopaswa kufanya.'"— Luka 17:10

VIII. UTEKELEZAJI

A. Inamaanisha nini "kuitoa miili yenu iwe dhabihu iliyo hai, takatifu, ya kumpendeza Mungu" (Warumi 12:1)?

_____

_____

_____

B. Umejifunza nini kuhusu matokeo ya kutotii?

_____

_____

_____

C. Je, ni katika maeneo gani ya maisha yako ambayo Mungu anataka utii zaidi?

_____

_____

_____

Jitayarishe kwa Zoezi Lako

1. Pakua ujumbe #13, "Kuyajua na Kuyafanya Mapenzi ya Mungu," kutoka www.gty.org/fof.

2. Tumia daftari lako kuandikia kumbukumbu za ujumbe.

3. Yafanyie kazi maswali na mazoezi kwenye kurasa zifuatazo.

· · ·

Hifadhi akilini Waefeso 5:17

Basi msiwe wajinga, bali mfahamu yaliyo mapenzi ya Bwana.

· · ·

Mungu ni mkuu na ana kusudi kwa uumbaji wake wote. Ana mpango au "mapenzi" kwa kila mmoja wetu, ingawa mara nyingi tunafanya mapenzi yake kuwa magumu zaidi kuitikia kuliko yalivyo kweli. Katika somo hili tutachunguza mapenzi ya Mungu na jinsi tunavyoongozwa kuingia katika hayo.

I. MAPENZI YA MUNGU

Biblia inaonyesha vipengele viwili vya mapenzi ya Mungu: mapenzi ya ukuu na mapenzi yaliyoamriwa. Katika ukuu wa Mungu, ana mpango unaoshughulikia vipengele vyote vya uumbaji na wakati. Pia ana mapenzi yaliyoamriwa anayoyatungia sheria kwa watu wake.

A. Maana ya mapenzi ya Mungu

1. Mapenzi ya ukuu wa Mungu

Mapenzi ya ukuu wa Mungu huhusisha udhibiti wake wa msingi na kamili juu ya kila kitu. Hakuna kinachotendeka ambacho hakipo katika mpango wa Mungu. Historia kwa hakika ni kufunuliwa kwa makusudi ya Mungu, ambayo yanatukia sawasawa kabisa na alivyopanga.

Tazama kila moja ya mistari ifuatayo, na uandike wazo muhimu kuhusu mapenzi ya ukuu wa Mungu.

a. Isaya 14:24 _____

_____

_____

b. Waefeso 1:11b _____

_____

_____

"Mimi ndimi Mungu, wala hakuna mwingine aliye kama mimi. . . 'Kusudi langu ndilo litakalosimama, nami nitatenda mapenzi yangu yote.'"— Isaya 46:9–10

2. Mapenzi ya Mungu yaliyoamriwa

Mapenzi ya Mungu yaliyoamriwa yanafunuliwa katika Biblia yote kama sheria au kanuni. Ni kipengele kile cha mapenzi yake ambacho wanadamu wanawajibishwa kwacho.

a. Kulingana na Agizo Kuu (Mathayo 28:20), waumini wapya wanapaswa kufundishwa nini?

_____

b. Mungu alitoa amri kuu mbili. Ziorodheshe hapa chini.

Mathayo 22:37 _____

_____

Mathayo 22:39 _____

_____

B. Asili ya mapenzi ya Mungu

Mapenzi ya ukuu wa Mungu na mapenzi yaliyoamriwa yanaeleweka vyema kwa kuzingatia sifa zao mtawalia.

MAPENZI YA UKUU	MAPENZI YALIYOAMRIWA
1. Siri; yanajulikana na Mungu tu isipokuwa kama yalivyofunuliwa kupitia historia au ufunuo	1. Yamefunuliwa Katika Biblia
2. Hayawezi kupingwa au kushindwa	2. Yanaweza kupingwa au kutotiiwa
3. Yanahusisha mema na mabaya (dhambi)	3. Yanahusisha tu yale yaliyo mema na matakatifu
4. Mapana; hudhibiti vipengele vyote vya maisha, wakati, na historia	4. Mahususi; hutoa kanuni za kuishi
5. Muumini hajaamriwa kujua au kugundua kile ambacho Mungu hajakifunua	5. Waumini wanahimizwa kujua, kuelewa, na kutii yote ambayo Mungu ameyafunua.

Jifunze jedwali lililo hapo juu. Ujaribu ufahamu wako wa mapenzi ya *ukuu wa Mungu* na *mapenzi yake yaliyoamriwa*.

Andika sehemu ya mstari inayowasilisha mapenzi ya Mungu.

Tia alama kisanduku kinachofaa.

		MAPENZI YA UKUU	MAPENZI YALIYOAMRIWA
1.	Wafilipi 2:13	O	O
2.	1 Wathesalonike 4:3	O	O
3.	2 Wakorintho 6:14	O	O
4.	Mathayo 7:21	O	O
5.	Wafilipi 1:6	O	O
6.	Yeremia 29:11	O	O

C. Itikio kwa mapenzi ya Mungu

1. Je, tunapaswa kuitikiaje mapenzi ya ukuu wa Mungu?

   a. Mithali 3:5–6 _____

_____

   b. 1 Petro 4:19_____

_____

c. Yakobo 4:13–15 _____

_____

2. Tunapaswa kuitikiaje mapenzi ya Mungu yaliyoamriwa?

  a. Waefeso 5:17 _____

_____

  b. Kumbukumbu la Torati 29:29 _____

_____

  c. Kumbukumbu la Torati 11:1 _____

_____

Mungu Anaagiza; Sisi tunatii

"Bwana ni mwema na mwenye adili, kwa hiyo huwafundisha wenye dhambi njia zake. Huwaongoza wanyenyekevu katika haki,naye huwafundisha njia yake. Njia zote za Bwana ni za upendo na uaminifu kwa wale wanaoshika shuhuda za agano lake. — Zaburi 25:8–10

II. MWONGOZO

Kwa sababu ya upendo wake mkuu, Mungu amewateua tangu asili, amewaita, amewahesabia haki, na atawatukuza waumini wote. Pia anatuongoza.

A. Maana ya mwongozo

Mwongozo ni nafasi ya utendaji kazi wa Mungu katika maisha yetu, kuyatimiza makusudi yake. Yazingatie maneno yafuatayo yanayotumiwa katika Biblia kufafanua mwongozo. Andika jinsi mstari unavyowasilisha maana ya kila neno.

1. *Kuongoza* (kuchunga; kuchukua au kubeba)

  a. Zaburi 78:52 _____

_____

  b. Zaburi 139:24 _____

_____

2. *Kuelekeza* (kuonyesha; kusaidia kuelewa)

  a. Zaburi 23:3 _____

_____

b. Zaburi 73:24_____

_____

3. *Kuagiza* (kuanzisha au kuandaa; kunyoosha)

   a. Mithali 16:9 _____

   _____

   b. 2 Wathesalonike 3:5_____

   _____

B. Asili ya mwongozo

Chati iliyo hapa chini inaeleza njia ambazo Mungu huwaongoza watu moja kwa moja na kwa njia isiyo ya moja kwa moja.

Mwongozo wa moja kwa moja	Mwongozo usio wa moja kwa moja
1. Ufunuo uliotamkwa kutoka kwa Mungu	1. Neno la Mungu
2. Maono	2. Dhamiri au kusadikishwa
3. Ndoto	3. Majaliwa (hali zinazodhibitiwa na Mungu)
4. Nabii/mtume akizungumza kwa niaba ya Mungu	4. Hekima na ushauri

Mwongozo wa moja kwa moja ulipatikana wakati wa Agano la Kale na nyakati za mapema za Agano Jipya. Leo, tunaona Mungu akiongoza kwa njia isiyo ya moja kwa moja. Roho Mtakatifu anafanya kazi katika maeneo yote ya uongozi usio wa moja kwa moja kama sehemu ya huduma yake kwa muumini.

1. Mwongozo kupitia Neno la Mungu

   Mtunga-zaburi anaelezaje Neno la Mungu (Zaburi 119:105)?

   _____

2. Mwongozo kupitia kusadikishwa

   Paulo alichochewaje kutenda huko Athene (Matendo 17:16)?

   _____

3. Mwongozo kupitia majaliwa ya Mungu

   Ni nini muumini anaweza kuwa na uhakika nacho licha ya mazingira (Warumi 8:28)?

   _____

4. Mwongozo kupitia hekima iliyotolewa na Mungu

Soma Mithali 2:1–11. Ni mambo gani manne ambayo hekima itakuwezesha kupambanua (mstari 9)?

(1) _____

(2) _____

(3) _____

(4) _____

Ni nini matokeo ya kutafuta ushauri (Mithali 13:10)? _____

III. UTEKELEZAJI

A. Orodhesha eneo moja ambalo unapata shida kufanya maamuzi.

_____

_____

_____

B. Je, suala hili linahusisha:

O Mapenzi ya ukuu wa Mungu?

O Mapenzi ya Mungu yaliyoamriwa?

O Sijui ni yapi.

C. Itikio lako linapaswa kuwa lipi ikiwa linahusisha:

1. Mapenzi ya ukuu wa Mungu (Mithali 3:5–6)?

2. Mapenzi ya Mungu yaliyoamriwa (Yohana 15:10)?

3. Hauna uhakika (Yakobo 1:5)?

Je, utachukua hatua gani?

_____

_____

_____

_____

The Master's Academy International
www.tmai.org
publishing@tmai.org